የሚሰም ተራራ

(ትዝታን በጭልፋ)

ፍቅረማርቆስ ደስታ

2016 ዓ. ም

ፍቅረማርቆስ ደስታ ______________________

© ፍቅረማርቆስ ደስታ 2016 ዓ. ም
የደራሲው መብት በሕግ የተጠበቀ ነው።

በመጀመሪያ መጋቢት ፳፻፲፮ ታተመ።

Copyright © Fikeremarkos Desta 2024

All rights reserved.

No part of this publication may be reproduced, distributed, or transmitted in any form or by any means, including photocopying, recording, or other electronic or mechanical methods, without the prior written permission of the publisher, except as permitted by copyright law

የደራሲው ቀደምት ሥራዎች

ከቡስካ በስተጀርባ	1987 ዓ. ም
ኢቫንጋዲ	1990 ዓ. ም
የዘርሲዎች ፍቅር	1991 ዓ. ም
አቻሜ	1992 ዓ. ም
የንሥር ዐይን	1993 ዓ. ም
Land of the Yellow Bull	1995 ዓ .ም
ጃገማ ኬሎ - የበጋው መብረቅ	2001 ዓ. ም

መታሰቢያነቱ፦

ለኤልሳቤጥ ሃ ይሁንልኝ

ፍቅረማርቆስ ደስታ _____

ምሥጋና

የምሥጋና እፍታው በመጽሐፍ ትየባና አርትኦት ለተባበሩኝ ለሕይወት እና ብሩክ ይሁንልኝ። ቀጥሎ የቦስተን 'ፊደል የሥነጽሑፍ ክለብ' አባላት በሙሉ ይህ መጽሐፍ እውን ሆኖ ለአንባቢ እንዲደርስ ስላደረጉ የምሥጋናዬ ጠብሰቅ ያለ ጉርሻ ይድረስልኝ - ከልብ የመነጨ ዳጐስ ካለ የፍቅር ስጦታ ጋር!

በመቀጠል ለጓደኞቼ ለዳንኤል እና ኤፍሬም መብራቱ - ሲያትል፤ ለሰሎሞን፣ ገብሬ፣ ኤምቲ እና ዳዊት - ሚኒሶታ፤ ለአባቡ፣ መስፍን እና ሙሉጐጃም - ዳላስ፤ ለኤፍሬም፣ ዳዊት፣ ቢንያም እና አክሎግ - ቦስተን፤ ለእሙ፣ ሚስጥረ እና ቴዲ - አትላንታ፤ ለአሐዱ እና ዓለማየሁ - ዲሲ፤ ለጥበቡ በለጠ፣ ይትባረክ፣ እንዳለጌታ፣ ተሻለ እና ምሳሌ - ኢትዮጵያ።

እንዲሁም ለወንድሞቼ ለስማቸው እና ይሔነው በቀጥታም ይሁን በተዘዋዋሪ ስላበረታታችሁኝ የላቀ ምሥጋና አቀርባለሁ።

ፍቅረማርቆስ ደስታ

ማውጫ

መግቢያ	9
እምዬ	11
አይያ	15
አክስቴ የሻረግ	18
ተቀፀል ጓደኛዬ	24
ሦስት ወደኋላ ሁለት ወደፊት	28
ነፃነትን ፍለጋ	30
ቅልቅል	39
ምክንያትና ውጤት	47
ዜሮ ጓደኛ	54
የአዕዋፍ ቋንቋ ተናጋሪው ጓደኛዬ	58
ከመድረክ ስንብት	62
እኔ - የእኔ	67
ፍቅር በሜዳ ላይ	70
ዝሆን ላይ ያረፈች ዝንብ	79
ስንግ ውብት	82
ዋቅ አልጤኖን	85
ትረፌ ያላት ነፍስ	88
ማንነት በሐመር	92
የሚጠቅሙ እንቅፋቶች	100

የሚያሰክር ፍቅር	121
ግለት	126
ዳገትና ቁልቁለት	131
ብርሃን ያለው ጨለማ	134
ብርሌ ከነቃ	137
የጋብቻ ቀለበቴ	141
ትንሸዋ መልአክ	151
ሥር የሌላት አድናቆት	157
ገጠሮ በቀንድ ማንኪያ	161
የሐርቫርድ ስኩዌሩ ወፍ	170
የጠዋት ጤዛ	175
ቮይድ ባዶ አይደለም	181
የሳትነው መንገድ	185
የፍቅር ሙሾ	191
አሚሾችና ሐመሮች	194
ሁለቱ ጽጌረዳዎች	203
ሰባተኛ 'ሲ'	210
ተስፋሁን	216
ባለ ታክሲው ቶሎ ቶሎ ንዳው	219

መግቢያ

ጨለማ በዋጠው ትናንቴ ውስጥ ትዕይንታዊ በሆነ ሁኔታ የሚታየኝ የምስል ድግግሞሽ ነው። ድግግሞሹ ብዙ ዘርፍ ያለው መስሎ ነበር የሚሰማኝ።

በሂደት ግን የተረዳሁት ለካ ሕይወት በጊዜ መጠን ሲርቁት የሚለዩት ነው። ብልጭ ሲል መከራና ሥቃይ ይታየኛል፤ ብልጭ ሲል ስኬትና አስተምሮት፤ ደሞ ብልጭ ሲል ፍርሃትና ውድቀት።

. . . ብልጭ ሲል መከራና ሥቃይ፣ ስኬትና አስተምሮት፣ ፍርሃትና ውድቀት . . . የሕይወት ትዕይንቴ እንደ መድረክ ትርኢት ድግግሞሽ ነው!

ለምን? እንዴት? እየሄድሁ ለምን አልርቅም?

ባለ አምስት ገቢር የሆነውና የሚደጋገመው ሕይወቴ ግርም አለኝ። ዋናው ገጸ ባሕሪ እኔ ነኝ። መሬት መድረኬ ናት!

"ዓለም የትያትር መድረክ ናት፤ ጊዜም ደራሲ ነው፤ ለዚህ ሁሉ ተዋናይ እያንዳንዱ ሰው ነው" አለ ሼክስፒር - እውነቱን ነው! የተናገረው ዓለም ስለምትባለው ትልቅ መድረክ ነው። በዓለም መድረክ ደራሲው ጊዜ ነው፤ ተዋናዩ ደግሞ እያንዳንዱ ሰው። ምክንያቱም ገቢሩ እጅግ ብዙ ነው - ብዙ!

ለእኔ - ለራሴ ግን ፦

መሬት መድረኬ ናት፤ ዋናው ገጸ ባሕሪ እኔ ነኝ፤ አእምሮዬ ደራሲ፣ ሕሊናዬ ደግሞ ዋና አዘጋጅ ነው - በእኔ በባለ አምስት ገቢር ትንሽ የሕይወት ትርኢት። ሼክስፒር በሳላት የዓለም መድረክ ደግሞ ከተዋናዮች አንዱ ነኝ!

እኔ በሁለት መድረክ ላይ - ትወናዬን ተመልከቱ!

ፍቀረማርቆስ ደስታ _____

እምዬ

እናቴ ለአባቴ የሰጠችው ገጸ በረከት ራሷን ነው። አእምሮዋ፣ አካሏ የእሱ ነበር። ለሁሉ ነገር፤

"እሱን ጠይቁት . . . እሱን አስፈቅዱት" ነበር መልሷ።

አክብራ ማስከበር፤ አድንቃ ማስደነቅ ነበር ተቀዳሚ ተግባሯ።

እሱም የአለፈ ታሪኩን የሚሸፍነውን ጭምብሉን ሳያወልቅ መከራና ችግርን እየተጋፈጠ የቤቱን ቀዳዳ ሲሸፍን ኖሯል። አንበሳ ግዳይ ለመጣል የከፈለውን የመሥዋዕትነቱን ህመም ብቻውን በዝምታ ተጀቡኖ እንደሚችለው አባቴም ሕይወት የጠየቀችውን ውጣ ውረድ ፀጥ፣ እረጭ ብሎ ሌላውን የትግል ሜዳ ውጊያ ነገን ያያል።

እናቴ የአላትን ሁሉ ጥላ የአባቴ ደቀ-መዝሙር መሆኗ፤ "የሚለውን ስሙት" እያለች ቤተሰቡን ማስተማሯ የባህል ተጽዕኖ ውጤት ቢሆንም ምርጫው ግን የራሷ፣ የግሏ ነበር። የአባቴን የባዶነት ክፍተት የምትሞላለትም ሐኪሙ እናቴ ነበረች። ሲከፋው፣ ሲያዝን፣ ሲተክዝ ትዳብሰዋለች፣ ትነካካዋለች፣ አብሮነቷን ትገልጽለታለች። ረከቦቷ ላይ ሲኒዋን ደርድራ፤ ፈትል ቀሚሷን ለብሳ!

አባቴን ስታገባው፤ ባልና ሚስት ሲሆኑ፤ አዲሱን እሱነቱን ከምታውቃቸው አሮጌ ማንነቶቿ ላይ ለብዳ ሰፍታ አልነበረም። አዲሱን እሱነቱን የሷን የአሮጌ ትዝታ ቡትቶ አወላልቃ ነው የለበሰችው። በቅንነት፣ በየዋህነት፣ በአዘኔታ፣ በፍቅር . . . ለእሷ ገንዘብና ዝና ሰው የፈጠረው የማበላለጫ ማባቢያ ነበረ። በቀደሙት ዘመናት ገንዘብ አሞሌ ጨው መለዋወጥ ሆነ። ከዚያ ደግሞ ገንዘብ በዓይነት መለዋወጥ ተከተለ - በአንድ

ቅል ማር አንድ ጠቦት በግ የመለወጥ ዓይነት። ገንዘብ እውነት ስላልሆነ ይለዋወጣል። ገንዘብ በወርቅ ሲተመን ግን እናቴ ሳታውቀው አሸለበች - አፈሩን ያቅልልላትና፤ ገንዘብ ሳያማልላት አረፈች።

'ሰው እንዴት ሌላውን ሰው ሁሌ ያስቀድማል?' ይህ በዚያ በእንቦቃቅላነት ዘመኔ ያስገርመኝ የነበረ ጥያቄ ነው። ሼክስፒር በጥያቄው 'መሆን ወይም አለመሆን' ያለው ይህን ሳይሆን አይቀርም። ሚስት መሆን ወይም አለመሆን፤ ባል መሆን ወይንም አለመሆን፤ ሰው መሆን ወይንም አለመሆን . . . ዋናው ጥያቄ ይህ ነው - መልሱን በውስጡ የታቀፈ!

"እምዬ! አባቴ ጋር ስትጋቡ እሱ ጥሎሽ ሰጠሽ። አንችስ ለአባቴ ምን ሰጠሽው?"

"ሴት ልጅ ባሏን ስታገባ ሁለት ነገር ለባሏ ትሰጠዋለች - አካሏንና አእምሮዋን። ጥሎሽ የባህል ደንብ ነው። አባትህ ፍቅር ሰጠኝ፣ ሕግ አወጣልኝ። ሕጉን እኔ አስፈጽማለሁ። እሱ ያለውን አከብራለሁ። እሱ ያስደስተኛል፤ ይንከባከበኛል፤ ይጠብቀኛል፤ ይሞትልኛል . . . እኔ የአካሌንና አእምሮዬን ቁልፍ ሰጠሁት። እሱ ደግሞ በሚታይና የማይታይ መንገድ የማፍቀሪያ ልቡን ሰጠኝ ..." ብላ ሳቀች።

"እምዬ! አሁንም ጋብቻ እንደዚህ ነው?"

"ፍቅሩ! ይህ ከባድ ጥያቄ ነው ልጄ። 'ባልና ሚስት ካንድ ወንዝ ይቀዳሉ' ይባላል፤ በስምንተኛው ሺ ባልና ሚስት የሚቀዱበት ወንዝም ይደርቅ እንደሆን እንጃ! ዘመኑ እየተበላሸ እኮ ነው።"

" 'ባልና ሚስት ካንድ ወንዝ ይቀዳሉ' ማለት ምን ማለት ነው። ወንዝ ውስጥ ያለው ውኃ አይደል - እምዬ?"

“ኧረ ጉድ በሉ! ጥያቄህ የሊቃውንት ሆነ ልጄ። ልኬን ስለማታውቅ ነው?”

“ሊቃውንት አዋቂ ማለት ይመስለኛል። የእኔ ደግሞ ሊቃውንቴ አንች ነሽ!”

“እሱስ ልክ ነህ ልጄ! እንደዚያ ካበኝ፤ የኔ ባትሆን ይቆጨኝ ነበር” አለችኝ።

“ወንዝ ምናልባት ባህል፣ ደንብ፣ ወግ፣ ሥርዓት . . . ማለት ይመስለኛል። ከዚያ ወንዝ ደግሞ ሁሉም ነው መቀዳት ያለበት። ለምን ባልና ሚስት ብቻ። እኔም አስቤው የማላውቀው ጉዳይ ነው ያመጣኸው ልጄ! አባትህን ጠይቀው። የእኔ ሊቃውንት ደግሞ እሱ ነው” አለችኝ።

“እምዬ! አይያን ትፈሪዋለሽ?” አልኳት። አባቴን 'አይያ' ነው የምለው።

“ባሌ እኮ ነው! አልፈራውም። ሚስት አቅፋው የምታድረውን ባሏን አትፈራውም፤ ነገር ግን ታከብረዋለች። እሷን ተከትለው ልጆቿ፣ ቤተሰቧ፣ ጐረቤቶች . . . እንዲያከብሩት።

“ፈጣሪ እኛን ልጆቹን ያፈቅራል፤ እኛ ደግሞ እንሰግድለታለን፣ እናከብረዋለን። አክብሮት የፍቅር ሌላው ስሙ ነው - የኔ ልጅ!”

ፊቷ ቅጭም አለ።

“ፈጣሪ ሁላችንንም ከፈጠረ ለምን ከፉና ጥሩ ሆንን?”

“ከፉዎች እግዚአብሔር ከሚፈታተኑት ጋር ሲፋለም የማያዩ፣ በፀጥታ ሲሰራ የማይረዱና በእሱ መዘግየት የሚቆጡ ናቸው።

ምሕረቱ የበዛ ስለሆነ ግን ጥሩ የመሆን እድል አላቸው። ጥሩዎች ግን ያምኑታል። ሰማያዊ አባታቸውን ሲያምኑ ሚስት ባሏን፣ ልጆች ወላጆቻቸውን፣ ቤተሰብ ጐረቤቶቹን . . . ያምናል። እምነትም የፍቅር ሌላው ስሙ ነው - ፍቅሩ!”

አፀያ

አባቴ አይኖቹ ጐላ ጐላ ያሉ፣ ጀነን ብሎ የሚራመድና የሚቀመጥ፣ ሳቅ ጨዋታ የሚወድ፤ ጋዜጣ የሚያነብ በተለይ የጳውሎስ ኞኞን አዲስ ዘመን ላይ የሚወጣውን ቀንድ የመሰለ የጥቁር ሰው ምስል ዓምድ የማያመልጠው ነበር።

አሁን ላይ ቆሜ ሳስታውስ አባቴ ጥበቡን ከማካፈል ይልቅ እምነቱንና ሥነ-ምግባርን ነው እኛን ማስተማር የሚቀናው። በልጅነቱ ስለነበረው፣ ጐረምሳ እያለ መስመር ያለፈበትን፤ ባጠቃላይ የሕይወት ልምድ የቸረችውን ጥበብ ዶክመንቶቹን በሚያስቀምጥበት ሳንዱቅ በጓጉንቸር እንደቆለፈው ነው ያለፈው።

> "ልጆችን የማይችሉትን ማሸከም ምን ይረባል። የራሳቸውን ሸክም ሕይወት እንደ እኛ ቀርቅባ ትጭናቸው የለ። ሸክም የሚቀንስ እንጂ የሚያከብድ ፈሪ ወላጅ ነው - ለእኔ።
>
> "እነዚህ እምቦቃቅላዎች መማር ያለባቸው እንዴት እንደሚኖሩ ሳይሆን ለምን እንደሚኖሩ ነው፤ እንዴት በመከራ እንደሚያልፉ ሳይሆን እንዴት መከራ የማይቀር ክስተት እንደሆነ እንዲያውቁ፤ ምን እንደሚበሉ ሳይሆን ለምን እንደሚበሉ፤ ማንን እንደሚያገቡ ሳይሆን ለምን እንደሚያገቡ. . .ማወቃቸው ነው።
>
> "እምነት መቀበል ነው፤ ሥነ-ምግባር ደግሞ አብሮ የመኖር መርህ" ይል ነበር።

እሱ ሲናገር፣ ሲያዳምጥ፣ ሲመልስ ያሳዝናል፤ ዝም ያሰኛል።

ስለዚህ አባታችን ያስተማረን እምነት እንዲኖረን፤ በሥነ-ምግባር የታነፅን እንድንሆን አድርጐ ነው። እኔ ሁለቱንም የምወደው የሚያሳዝነኝን አባቴን ስለምወደው ነው።

የተቆለፈበት ሚስጥሩ እንደተቆለፈ ኑሮ መሄዱ አንድም ቀን ቆጭቶኝ አያውቅም። ምክንያቱም አባቴን አምነዋለሁ። ሸክሜን አቅልሎልኝ እንደሄደ እረዳለሁ። ወንድም እህቶቼ ግን በእኔ ሐሳብ አይስማሙም።

ብዙ ሰዎች የአያት፤ የእናት አባት፤ የቅርብ የሩቅ ዘመድ ከራሳችን ሸክም ጋር የተሸከምን ነን። ከሸክሙ ውስጥ ፍቅርና ጥላቻ፣ ቂምና ቂም በቀል አለ። ትዕግሥትን የማያላብስ ወይም የሚያንገዳግድ፣ ሰላም የሚያሳጣ፣ የሚያዳክምና የሚያዝል፤ ከዚያ ወደ ልጅ የልጅ ልጅ የሚጫን ውርስ አለ።

> "የኔ ልጅ - ቂም በቀልና መከዳት የሚፈጽምና የሚያወርስ በሁለት እግሩ ከሚሄድ ሰው በቀር ሌላ የለም። ቂም በቀል ሲያድግ ጥላቻና ጦርነትን ያመጣል። ከሕደት ደግሞ እንደንፋስ ከቅርብም ከርቀትም የሚነሳና የሚመጣ ሲሆን ጣራ ይገነጥላል፣ ህመሙ ይጠዘጥዛል፣ የሕሊና ቁራኛ አድርጐ ይሰባብራል፣ ቶሎ አይድንም።
>
> "ይቅርታ ሲያስታግሰው መርሳት ሊያሽለው ይችላል፤ ፍቅር መድኃኒቱ ነው። የቂም በቀልና መከዳት መነሻው ፍርሃት ስለሆነ ግን ፍቅር ይሸፈናል። የፍቅር ሥር ውስጣችን ስላለ ወደ ኋላ መመልከታችንን ስናቆም፣ የተጫነብንን ጭነት ስንቀንስ፣ እይታችን ሲስተካከል ህመማችን ይድናል።
>
> "ምንም ይሁን ምን የሰው ልጅ በሕይወት ፈተና ውስጥ ማለፋ የግድ ነው። ፈተናችንን ወይ እናልፋለን ወይም እንወድቃለን። ሁለቱም ጥቅም አለው። በተለይ ስንወድቅ ፈጣሪያችንን

እናስባለን። እንደ መስቀል ምሰሶ የመውደቂያ አቅጣጫችንን ለማየት ሰዎች አሰፍስፈው ይጠብቃሉ።

“ሰው በሚወድቀው ሲያፌዝ እሱ ራሱም የሚወድቅ አይመስለም። አወዳደቄ ወደ ሰሜን ይሁን ወደ ደቡብ፤ ወደ ምሥራቅ ይሁን ወደ ምዕራብ ሁለቱም ወቅቱን ጠብቆ ይወድቃል፤ ስንወድቅ እንጠነክራለን፣ እንማራለን፣ ትዕግሥተኛ እንሆናለን” ይለን ነበር።

አይያ በጣሊያን ጊዜ ከወላጆቹ ጉያ ጦርነት ነጠለው። ምን ተፈጥሮ ነበር፤ እሱስ እንዴት መኖር ቻለ? መልስ የለውም።

ከእናቷ የተነጠለች የሜዳ ፍየል ወይ ጥርሶቹ ወደ ሾሉ አቦሸማኔ፣ አንበሳ አፍ ትገባለች፤ ካለበለዚያም ወደምትኖርበት አቅጣጫ ትሄዳለች። አባቴም መኖር ዕጣ ፋንታው ሆነ! ከምንም ተነስቶ ወደ መኖር አቀና!

አክስቴ የሻረግ

አያቴ ሁሌ የምትመርቀኝ፤ "እጅህ ከላይ እንጂ ከታች አይሁን" እያለች ነበር። በሕይወት ዘመኔ ግን ልቤ እንጂ እኩል እጄ ከታች ሆኖ ያውቃል።

እጄ ከታች ሲሆን አያቴና ምርቃቷ በዐይነ-ሕሊናዬ ድቅን ይላል። ምርቃቷ ብዙ ጊዜ ይፈጸማል። አንዳንዴ ግን እንደ ቀጭን ንፋስ ሽው ብላ የምታልፍ እጅ ከታች የምታደርግ አጋጣሚ አለች። በሚገርም ሁኔታ ከሰቀቀን ይልቅ ፍቅርን፣ ትሕትናን አብቅላብኝ የምታልፍ። ሁለት ደጋግ ሁነቶችን ላንሳ፡-

ወላጆቼ ወደ ገነት ከሄዱብኝ በኋላ እንደለመድኩት የሚንከባከበኝ አጣሁ። ምን ማለት እንደሆነ ይገባችኋል መቼም - እንክብካቤ ማጣት ስል።

አክስቴ የሻረግ አለማሁ ትባላለች። ሲበዛ ቅን፣ የመስጠት ጌታ ናት።

ቤቷ ጭንቁርቁስ ያለ፣ ዕቃዎቿ ቢሸጡ ቢለወጡ ከጥቂት ሳንቲሞች የማይበልጡ ናቸው።

አክስቴ የሻረግ ፊት ግን ግንባሯ ላይ ሁሌ የምታበራ የግሏ ፀሐይ እንዳላት ሁሉ ብርት ያለ ነው፤ ሰላም የሰፈነበት፣ ዐይኗ በቅንነት እንደ አንፀባራቂ ሉል የሚያብረቀርቅ! አንድ የሥራ፣ አንድ የክት ነጠላና ቀሚስ ብቻ የነበራት።

ከዕለታት አንድ ቀን ፍሬው እንደተሸለቀቀበት የበቆሎ አገዳ ጥውልግ ብዬ ልጠይቃት ሄድሁ።

"እዚህ ቤት" ብዬ ጠዋት ተከፍቶ ማታ የሚዘጋውን በሯን አልፌ ገባሁ።

"ኧረ ወይ ለሊቴ - ፍቅሩ?"

"አክስቴ! እኔ ነኝ" አልኳት። አገላብጣ ስማኝ፤

"እኔን አፈር ይብላኝ አንተማ አይደለህም! ጥቁርቁር ብለህ፤ አመድህ ቡን ብሎ" ብላ እቅፍ አደረገችኝ።

መታቀፍ መድኃኒት መሆኑን ያወቅሁት ያኔ ነው። አሁን አሁን ምናልባት እኔ ባለፍሁበት የሄዱ ሰዎች፤ የከፋው ሰው ወይንም ያዘነ ሲያዩ "መታቀፍ ትፈልጋለህ?" ይላሉ - ከልብ በሚመነጭ መድኃኒት ለማከም።

አክስቴ የሻረግ ዕንባዋን በነጠላዋ እየጠረገች አጠገቤ ቁጭ አለች። ትከሻዋ ላይ ራሴን ደገፍ አድርጌ በሁለት እጆቼ አቀፍኋት።

ፍቅሯ፣ ሰላሟ ከሞቃት ወደ ቀዝቃዛ እንደሚፈስ ውኃ በመላ ሰውነቴ ሲፈስ ይሰማኛል።

ከዚያ "ቆይ አንድ ጊዜ!" ብላኝ በስሎ የሚንቀፈቀፈውን ድንች ከጣደችበት ምድጃ አወጣች። ዳታን ላይ እንጀራና አዋዜ አድርጋ ሙክክ ብሎ የበሰለውን ድንች በስስት ዐይን ዐይኔን እያየች ወዲያው ወዲያው እየላጠች አጐረሰችኝ።

"አክስቴ - ቆይ ኧረ የጐረስሁትን አላምጬ ልዋጠው።"

“እኸ! መች በላህ እንዲያው ዝም ብለህ በአፍህ እኮ ነው የምታዞረው” አለችኝ - ትካዜዋን ዋጥ አያደረገች።

ከዚያ በጆግ ውኃ እያፈሰሰች ፀጉሬን አጥባ በነጠላዋ አደራረቀችልኝ።

በዚያ በሚሞቅ ፍቅሯ ተጀቡኜ ተኛሁ - ገልበጥ እንኳን ሳልል።

ፀሐይ ፍንትው ብላ ስትወጣ ነቃሁ። አክስቴ የሻረግ ተነስታ ጉድ ጉድ እያለች ነው።

ቁርሴን እንደ ሕፃን ልጅ እያጐረሰች አበላችኝ።

“አንተ ፍቅሩ አፈር ስሆንልህ፣ በአንድ እንጨት ስሄድልህ - የዛሬን እደር!” አለችኝ ደጓ አክስቴ።

“ትምህርቴ ያልፍብኛል እንጂ እኔም አብሬሽ ብቆይ ደስ ይለኝ ነበር - አክስቴ” አልኳት።

ያን ቀን ነው ከሚመቸኝ ማሕፀን ሳልፈልግ እንደወጣሁ የታወቀኝ፤ ምን ነበር አልወለድም ማለት ቢቻል ያሰኛል ከመወለድ በኋላ ያለው ውጣ ውረድ - የነበረው እንዳልነበረ እየሆነ!

ዝም አለች አክስቴ። ለረጅም ጊዜ ጀርባዬን፣ ትከሻዬን፣ ክንዴን፣ ጉንጬን እየደባበሰችኝ ዝም አለች። ዝምታዋ ውስጥ ጭንቀት አለ፤ አቅመቢስነት፣ ቁጭት አለ።

ከዚያ በወገቧ የጠመጠመችውን የመቀነት ቋጠሮ ፈታች። ሰባት የተጨመታተሩ ብሮች ብቻ ነበሯት። ሁሉንም፤

“እንካ ያዘው!” አለችኝ።

“አክስቴ ሁሉንም!” ዐይን ዐይኗን ተመለከትኳት። እምቢም፣ እሺም ማለት አቅቶኝ።

“ኤዲያ ያዘው!”

ስንለያይ ተላቀስን! ተመልሰን ሳንገናኝ አረፈች። ልቤ ላይ የተከለችው የፍቅር ዋርካ ግን ይኸው በየሰከንዱ እያደገ እንደ ጃንተከል ዋርካ መሬት ሊነካ ተቃርቧል።

በቅርቡ አለም የሚባል ጓደኛዬ ቢልጌትስ በጋዜጠኞች ጥያቄ ተጠየቀ አለኝ።

“ካንተ የሚበልጥ ቢሊየነር አለ?” ተብሎ፤

“አዎ አለ፤ ማንሀተን ኒዎርክ ይኖራል። ጋዜጣ ሻጭ ነበር፤ አሁንም ጋዜጣ ሻጭ ነው” አላቸው።

ጋዜጠኞች ግራ ተጋቡ።

“... ቢሊየነር ከመሆኔ በፊት እኔም የማንሀተን ባቡር ተጠቃሚ ነበርሁ፤ አንድ ጊዜ ጋዜጣ ሻጩ ጋ ቀረብ ብዬ ጋዜጣ አነሳሁ - ልገዛ። የገንዘብ ቦርሳዬ ውስጥ ግን ገንዘብ አልነበረም። ትክ ብሎ ያየኝ የነበረው ጋዜጣ ሻጭ፤

‘ውሰደው!' አለኝ፤ ራሱን ታችና ላይ እየወዘወዘ።

“በሌላ ቀን ደግሞ ጋዜጣ ልገዛ አነሳሁና የነበሩኝን ሳንቲሞች ስቆጥር አልሞላልኝ አለ። የልቤን የተረዳው ጋዜጣ ሻጭ፤

‘ውሰደው!' አለኝ።

“ሕይወቴ ከተቀየረ በኋላ ጋዜጣ ሻጩና እዳዬ ትዝ አለኝ። ልጠይቀውና እዳዬን ልከፍለው ሄድሁ። እዚያው ቦታ ያንኑ ጋዜጣውን ሲሸጥ አገኘሁት።

'አንድ ወቅት እንተዋወቅ ነበር፤ አስታወስከኝ?' አልሁት።

'አዎ! አስታውስሃለሁ - ቢልጌትስ አይደለህም?!' አለኝ። በአግራሞት እያየሁት፤

'እንዴት አስታወስከኝ?' አልኩት።

'ሁለተኛውን ጋዜጣ ከሰጠሁህ በኋላ በቴሌቪዥን አየሁህ፣ እና አወቅሁህ። ከዚያ ልርሳችሁ ብላቸው እንኳን ከማልረሳቸው ሰዎች ውስጥ አንዱ ሆንህ' አለኝ።

'ይገርማል! የዛሬ አመጣጤ ላይህና እዳዬን በእጥፍ ልከፍልህ ነው' አልሁት።

'እዳህን ልትከፍለኝ!! - አትችልማ!' አለኝ በጥሞና።

'እንዴት?'

'አየህ ቢልጌትስ! - እኔ በዚያን ጊዜ የቀን ገቢዬ ሃያ ብር ብቻ ነበር። ከዚያች ከዕለት ገቢዬ ሃያ ፐርሰንቷን ነው ለአንተ የሰጠሁህ። አሁን አንተ ቢሊየነር ነህ፤ የሰጠሁህን መመለስ ከፈለግህ ካለህ ላይ ሃያ ፐርሰንቱን ልታነሳለት ነው። ይሄ ደግሞ አይቻልም። ስለዚህ ስጦታዬን ሳታበላሽ ግንኙነታችን ይቀጥል' አለኝ።” አላቸው - ለጋዜጠኞቹ።

ይህን ስሰማ አክስቴ የሻረግ ትዝ አለችኝ - ያላትን በሙሉ የሰጠችኝ። እዳዋን ልከፈል ብል ደግሜ ደጋግሜ መወለድ ያስፈልገኛል።

እንደ ጋዜጣ ሻጩ አክስቴ እኔን እንጂ ስጦታዋን ሳታስብ አረፈች - የእኔ እዳ ግን ለዘለዓለም ይቀጥላል! አክስቴ የሻረግ ለእኔ የሰጠችኝ መቶ ፐርሰንት ነው። እዳዋን ልክፈል ብል ስንት ይደርስብኝ ነበር - አስሉት!

"አትሞክረው!" ስትሉ ሰማኋችሁ ልበል!

ተቀፀል ጓደኛዬ

ተቀፀልና እኔ በዕድሜም በትምህርት ደረጃም እኩል ነበርን - የኢሕአፓ ደጋፊ ተብለን ባሕርዳር ስንታሰር። ለሆቴልነት በተሠራው ያላለቀ ሕንፃ ውስጥ እያሰሩ የገረፉን ራሳቸውን ያጋለጡ እኛ የታሰርንበት ፓርቲ የበላይ አባላት ናቸው።

ባዶ የሲሚንቶ ወለል ላይ እያስተኙ እንደ ሲጋራ ሰውነታችንን እያድፈጠፈጡ ሞራላችንን አደቀቁት።

የሰው ልጅ ክቡር ገላ በአለንጋ ተተለተለ፤ መሞት ወግ አጣ። መግደል የጀመረው ፓርቲ ጫጩቶቹን የማያድን ዶሮ ሆነ። እንደ ቄራ ከብት ጐትቶ አውጥቶ መግደል፤ ሕፃናት፣ ወጣትና አዛውንቶችን አካልና ሞራላቸውን እየጐተቱ እስር ቤት ማጐር ጀብዱ ሆነ።

አንድ ቀን የእስር ቤታችን ሙሉ ትጥቅ በታጠቁ ፖሊሶች ተሞላ።

"ምን አድርገናቸው ነው የሚያሠቃዩን" አለኝ ተቀፀል፤ ዐይኑ በመጨረሻ ሰዓት ዕንባ ተሞልቶ።

"እንጃ! ምን እንዳደረግናቸው!" አልሁት ሰውነቴ እየተንቀጠቀጠ።

እኔና ተቀፀል እንደ ሰርዲን በታጨቀው ክፍል ለአንድ ዓመት በጭንቀትና ፍርሃት ስንሠቃይ ኖረናል። ገበሬዎች፣ ምሁራን በደረቁ ሌሊት እየፈነጠዙ በሚመጡ ገዳዮች እየተወሰዱ ሲረሸኑ አይተናል።

ይህ ለሰኮንድ እንኳን ማየት የሚዘገንን ነገር፣ እኛን እንቦቀቅላ ወጣቶችን የምናየው የየቀን ትርኢት አድርገውብናል።

ሰው በቁሙ ሞቶ ሲንቀሳቀስ ያየሁት ያኔ ነው፤ ልጅነቴን ሳልጨርስ። በዕውቀት የተሞሉ እንደ ቆሻሻ ተጥለው ሲበሻቀጡ ያየሁት ያኔ ነው፤ ሮጬ ባልጠገብሁበት ዘመን። ካስተማሪዎቼ ጋር አብሬ በፍርሃት የተንቀጠቀጥሁት ያኔ ነው፤ የተስፋ ጮራን በምሻበት ዘመን።

“ዛሬ እኛንም ይገሉናል” አለኝ ተቀፀል።

“ኧረ!” አልሁት እየተንቀጠቀጥኩ።

ቁጭ ያልነው አጠገብ ላጠገብ ነው። እኔ የእሱን መንቀጥቀጥ እሰማዋለሁ፤ እሱም የእኔን መንቀጥቀጥ ይሰማል።

“ሳንሠቃይ ብንሞት ጥሩ ነበር!” አለኝ ተቀፀል።

ለእንቅልፍ የተሰጠኝ መድኃኒት ትዝ አለኝ። ያን በብዛት ብንቅም ሳንሠቃይ እንሞት ነበር። ነገር ግን የት እንዳስቀመጥሁት በዚያ የጭንቀት ሰዓት ማሰብ ተሳነኝ።

ክፍላችን በጭንቀት ታፈነች፤ ጣዕረሞት ብድግ ቁጭ አደረገን፤ የምንይዘው የምንጨብጠው ጠፋን።

“እንዴት ይሆን የሚገሉን?” አልሁት ተቀፀልን - ከእኔ ይበልጥ የሚያውቅ ይመስል።

“እኔ እንጃ ወንድምዬ!” አለኝ አስራ አምስት ዓመት ያልሞላው ተቀፀል። ብሩህ አእምሮ ያለው፤ አስተሳሰቡ ረቂቅ የሆነ - በዚያ ላይ ትሑትና ቆንጆ።

“አዳምጡ!” የሚል ድምፅ ከውጭ ሰማን፤ ፀጥ ረጭ አልን። የወህኒ ቤቱ ሻምበል ባሻ ለግብዣ የሚጠራ እንጂ የሚሞቱ ሰዎችን ስም ዝርዝር የሚጠራ አይመስልም።

"እግዚአብሔር ሆይ የት ነህ?!" አልሁ።

ልቤ በአፌ ተፈናጥራ የምትወጣ መሰለኝ። ተቀፀልና እኔ እጅ ለእጅ ተያያዝን፤ እጃችን በላብ ተጥለቅልቋል።

"ምን አደረግናቸው - አምላኬ!" የሚል ድምፅ ሰማሁ።

ጥሪው ተጀመረ፤ የሚጠሩት እየዘመሩ መውጣት ጀመሩ። እንደ ውሻ በታጐርንበት ውስጥ በሩ አካባቢ ተጠግቶ መቆም አቃተን - እኔና ተቀፀል።

መሐል አካባቢ የተቀፀል ስሙ ተጠራ። ወንድሜ መዘመር ጀመረ፤ ትንሹ ወንድሜ ተቀፀልን በዕንባ በተሸፈኑ ዐይኖቼ እያየሁት ወደ ሚሞትበት ሲሄድ በዐይኔ ሸኘሁት።

"እኔም እኮ እመጣለሁ!" አልኩት።

ተቀፀል አልሰማኝም። ስለሞት መስማት የማይፈልገው ትንሹ ተቀፀል ወደ መሞቻው መሠዊያ እጆቹን ጠፍረው ወሰዱት - ሲዘምር ድምፁ ይሰማኛል፤ ፍርሃቱንም አዳምጠዋለሁ - እስከዛሬ ድረስ።

ከዚያ መዝሙራቸው በጋራ ጐላ ብሎ ተሰማን፤ ከዚያ ሩምታ ተኩስ ቀጠለ።

ጠዋት ላይ ግን ግማሾቹ በጥይት ሌሎቹ ደግሞ እኛ በፈተልነው ገመድ ታንቀው፤ ለሽንት ቤት በቆፈርነው ጉድጓድ ተቀበሩ።

እኛ በቀረነው ላይ የሁለትና የሦስት ዓመት ፍርድ ተፈርዶብን ለሽንት ውጡ ተባልን። የማከብረው መምህሬ ማስረሻ ፈጠነ በዚያ የሞት ጥላሸት በሸፈናት እስር ቤት ክፍሉ በር ቁጭ ብሎ መጽሐፍ ያነባል

የሚወደውን እያደረገ ለማለፍ፤ ደረጃ ወርቁ ጥልፍ ይሰራል፣ ታድሎ ስጦታው ደግሞ ዘምቢል . . . እንደነሱ ጠንካራ ለመሆን ተመኘሁ!

እስከዛሬ ሰይጣንን በአካል አላየሁትም፤ እንደ ሰይጣን በጭካኔ የተሞሉ ሰዎችን ግን አይቻለሁ - ገድለው እንኳን የማይፀፀቱ!

ሰው ደግ፤ ሰው ክፉም እንደሆነ ያን ቀን ገባኝ።

ተቀፀልና እህቱ እኛን 'አቅጥናችሁ ፍተሉት' ብለው ባስፈተሉን የደንገል ገመድ አንቀው ገደሏቸው።

ከዚያ በዚያ ግፍ ፀሐይ አልጠፋችም፤ ከዋክብት ዝርግፍ ብለው አልተበተኑም፤ የዐባይ ወንዝ ሽቅብ አልፈሰሰም፤ የጣና ሐይቅ ወደ እንቁራሪትነት አልተቀየረም።

ተቀፀል እንዳለው ሳንሠቃይ ብንሞት እንዴት ጥሩ ነበር!

ሦስት ወደኋላ ሁለት ወደፊት

የአፄ ኃይለሥላሴ ዘመን የተመቻቸው የፍሥሐና ደስታ ዘመን ነበር ይላሉ፤ ደርግንም የእኩልነት ዘመን የሚሉ፣ የህወሓትን የብልፅግና፣ የብልፅግናን ዘመን ደግሞ የከፍታ ዘመን የሚሉ አሉ።

የመንግሥታቱ ባሕርያት የምንለካው "እኔ" በሚለው ጠባብ መለኪያ ነው።

አገራችን ውስጥ እንደሌሎች አገሮች ጨቋኝ ተጨቋኝ፤ የተመቸውና የተገፉ፤ የሚታቀፍና የሚገፉ፤ የሚስቅና የሚያለቅስ፤ የሚሾምና የሚዘነጋ ሁሌም ነበረ።

የአብዮት ማዕበል ምድርን ሲንጣት፣ የጭቆናና ግፍ ፅዋ ሲሞላ የሕዝብ ብሶት እንደ እሳተ ገሞራ ሲፈላና ሲንተከተክ ኖሮ እንደ እሳተ ጎሞራ በሁሉም ተራራና ሸለቆ ፈነዳ።

ያን ማዕበል በሀገራችን ስሜታዊ ተማሪዎችና ምሁራን መሩት፤ አቀጣጠሉት፤ አንቦገቦጉት። የእሳቱ ላንቃ የሰው ሕይወትን ቅርጥፍ አድርጎ በላ፤ ልማቱን አመድ አደረገው፤ አንድ ሆኖ ተቻችሎ የነበረውን ቆስቁሶ እያጋደለ ለያየው።

ሞት፣ እስራት፣ ስደት የሁሉን ቤት የሚያንኳኳ እጣ ፋንታ ሆነ። ሰላም ወደ ላይ መምጠቅ እንደሚችል ፊኛ ከአገራችን ምድር ለቃ ሽቅብ እየተንሳፈፈች ወጣች።

ከቀዝቃዛው ወደ እሳቱ፣ ከእሳቱ ወደ ረመጡ ሄድን። ትዕግሥት፣ ማስተዋል፣ ማመዛዘን፣ ሚዛናዊ ፍርድ፣ ከሕግ በታች መሆን ጠፉ።

ሮጦ ነፍጥ ማንሳት፣ ሮጦ መግደልና መሞት፣ ሮጦ መጥላትና መጨከን ባሕርያችን ሆነ።

አገራችን በግጭትና ጥላቻ አኬልዳማ ሆነች። የአብዮት ማዕበሉ ሌሎች አገሮች ላይ ጋብ ብሎ እድገትና ብልፅግና ሲጀመር እኛ የታደለችና የበለጸገች አገራችንን ማሸመድመዱን ቀጠልን።

አንድ ርዕዮተ-ዓለም ይዘን በአስተሳሰብ ልዩነት መቻቻል ተስኖን ተጋደልን፤ ተከፋፈልን። ስሜታቸውን መቆጣጠር ያልቻሉ፤ ራሳቸው ጋር መግባባት ያቃታቸው፤ መወያየትና መስማማት የተሳናቸው ትውልድንና ኢኮኖሚን አወደሙ። ይበልጥ የሚያሳዝነው ግን ዘመን እብሪታቸውን አልቀነሰውም። ትግላቸው፣ ተግባራቸው ፍሬ እንዳላፈራ፤ ጭቆናን እንዳላቆመ እያወቁ በዚያው በተሳሳተው 'የበለው ጣለው' መንገድ አሁንም ሕዝቡን ከኋላ ሆነው ይነዱታል።

ሀምሳ ዓመት ሙሉ የፖለቲካው ቼዝ ተጫዋቾች ወይ አይለወጡ፤ ወይንም ቦታ አይለቁ እንደ ቆንጥር እሾህ ጐማ እያስተነፈሱ አገራችን እንዳትንቀሳቀስ፤ ቀያችን ከባሩድ ሽታ እንዳይወጣ እያደረጉ ሁለት ወደፊት ሦስት ወደኋላ ይነዱናል።

እኒህ የሕሊና ወንጀለኞች ይቅርታን እየሸሹ ደረታቸውን ነፍተው በደም የተጨማለቀ እጃቸውን እያወዛወዙ ቃለ-መጠይቅ ይሰጣሉ፣ መጽሐፍ ይጽፋሉ፣ ሌላ በለው ጣለው ያውጃሉ - በሞኝ ክንድ የዘንዶ ጉድጓድ ለመለካት በድሃው ጉልበት፤ በድሃው ሕይወት ይቀልዳሉ።

ነፃነትን ፍለጋ

ለገጣሚ፣ ለፈላስፋ፣ ለቅዱሳን ሁሉም ሰዓታት፣ ቀናት፣ ዓመታት የተቀደሱ ናቸው። ትውልዳችን ጭቆናንና ግፍን የወረሰ ነው። አብዮት በሚባል ማዕበል፤ ትግል በሚባል ጐርፍ ስንጠቃ ኖረናል።

እንደ አንድ እንቦቀቅላ ወጣት ልጅነቴ ያለፈው በሚያማምሩ መከራና አሰቃቂ የሞት ትርኢቶች ነው። ወገኖች ስሜታዊነት በበዛበት ትርጉሙ ግን እምብዛም ውኃ በማያነሳ ግጭት ሰይፍ መምዘዝ፤ የጠመንጃ ቃታ መሳብ ገና ያልዳነ በሽታችን ነው።

ድህነትን ሄድንበት እንጂ አልመጣብንም፤ ሞትን ጐትተን ሞትነው እንጂ አልገደለንም። ግብዝነት ግትር ስላደረገን ሁሉ ነገር ላይ መንቻካ ነን።

ተሰደን እንኳን መለወጥ አለመቻላችን ይደንቃል። ቀንና ሌሊት ሲፈራረቅ፣ ወራቶች ሲለዋወጡ፣ ተፈጥሮ ስታወልቅና ስታጠልቅ . . . እኛ የአስተሳሰብ ለውጥ ሳናመጣ የሁሉ ነገር መፍቻችን "እረ ጥራኝ ዱሩ" ነው።

እና የሚያማምሩ መከራና ሞቶች የአስተሳሰብ እስረኛ መሆን አንገሸገሸኝ . . . በቃ ለውጥ፤ ነፃነት ፈለግሁ። እንዴ መታፈን ሰለቸኝ!

በኬሚስትሪ የትምህርት ዘርፍ ተመርቄ መምህር ለመሆን ወደ ትምህርት ሚኒስቴር ቢሮ ስሄድ የኔ ምኞት፣

"ጌታ ሆይ! የትም እሄዳለሁ። ወደ ኖርኩበት አካባቢ ግን አትመልሰኝ" ነበር።

ምክንያቱም ወንድማማቾች እንደ አድዋ የወራሪና የተወራሪ ጦርነት በፉከራና በሽለላ ሲገዳደሉ ከብዙ ሕፃናት ጋር አብሬ እየታሰርሁ፤ አብሬ እየሞትሁ፤ አብሬ እየተንቀጠቀጥኩ፤ አብሬ እያለቀስኩ አብሬ ነበርሁ።

በመሞቱ እንጂ በመግደሉ የሚፀፀት አልነበረም። በመገረፉ እንጂ በመግረፉ አንገቱን የሚደፋ አልነበረም። በብቀላ እንጂ በይቅር ባይነት የሚያሸንፍ አልነበረም።

በግሪክ ሚቶሎጂ እንዳነበብሁት ከሦስት ሽህ ዘመን አካባቢ የትሮይ ጦርነቶች፣ እንደ ሼክስፒር ኤድፐስ አባቱን ገሎ እናቱን የሚያገባ መሰል ዘግናኝ ትያትር በአገሬ የእውነት መድረክ ላይ አየሁ።

ሞቶ፣ ገሎ ከማይጠግብ ስግብግብ ወገኔ ለመሸሽ ዝግጁ ነበርሁ።

አንድ ቀን እጣ ለማውጣት 'አትመልሰኝ' ብዬ እየጸለይሁ እጄን ሰደድሁ።

"ኢልባቡር" የሚለውን አወጣሁ።

ደስ አለኝና ከፍሉን ለቅቄ ስወጣ ኮሪደሩ ጥግ አንድ በዐይን ብቻ የማውቀው የባዮሎጂ ምሩቅ ስቅስቅ ብሎ ልቅሶውን ይነካዋል።

"ምነው?" አልሁት፣ ለቅሶ ብርቅ እንደሆነበት ወጣት።

"የማልፈልገው እጣ ወጣብኝ" ብሎ ተናፈጠ።

"የት ደረሰህ?" አልሁት።

"ጋሞጎፋ" አለኝ።

“የት ነበር መመደብ የምትፈልገው?”

“ኢልባቡር!”

“በል አትነፋረቅ እኔ እቀይርሃለሁ፤ እኔ የደረሰኝ ኢልባቡር ነው!”

ተነስቶ ተጠመጠመብኝ፤ ገባን ተመልሰን - ተቀያየርን!

አርባምንጭ ሩቅ ነበር። አውቶቡሱ ወንዝ ውስጥ ገብቶ ወደሚሻገርበት የአሳና የፍራፍሬዋ እምብርት አርባምንጭ ከጥዋት እስከማታ ተጉዘን ደረስን። በነጋታው ገባሁና በክፍለ ሀገሩ ትምህርት ቤቶች ጽሕፈት ቤት ለምደባ ዝግጁ መሆኔን አሳወቅሁ።

“ጥሩ ነገ እጣ ታወጣላችሁ” አለችኝ መዝገብ ክፍሏ።

“ለምን?” አልኳት።

“አራት አውራጃዎች አሉ። አንደኛው መደበኛ ትራንስፖርት የለውም፤ ስለዚህ ዕጣ የግድ ነው” አለችኝ።

ሥራ አስኪያጁን ጋሼ ማለደን አናገርኩት። ጣና ሁለተኛ ደረጃ ት/ቤት እያለሁ ዳይሬክተሬ ነበር። በቅጽል ስሙ “ቆንጅት” ይባል ነበር፤ ሁሌ ሽክ ያለ ነው። መደበኛ ትራንስፖርት ስለሌለው አውራጃ እሱ አስረዳኝ።

“እኔ ካለ እጣ እሄዳለሁ” አልሁት - ይበልጥ ርቄ ለመሸሽ ጥየው ከመጣሁት አካባቢ።

ጋሼ ማለደ፤

“ስታየው ውሳኔህ ትክክል መሆኑ ይገባሃል” አለኝ።

'ስታውት' በምትባል አሮጌ ፒካፕ መኪና በደረቁ ሌሊት እንደ ችቦ ተጫንን። አቀበት ላይ ውረዱና ግፉ እንባላለን፤ አቧራና ንፋሱ በመተባበር እያፈኑ ያግለበልቡናል። ከሌሊቱ ስምንት ሰዓት ተነስተን ከቀኑ አስር ሰዓት እንደ ጅብራ እንደተገተርን 250 ኪሎ ሜትር ተጉዘን ደረስን።

"ጂንካ ገንዘቤን እንካ
እኔን አትንካ!"

ምን ማለት እንደሆነ አሁንም አይገባኝም፤ እንዲገባኝ ስለማልፈልግ።

ጂንካ በሕዋ ውስጥ ታልፎ እንደምትገኝ ፕላኔት ዓይነት ናት። ዙሪያዋን በግርማ ሞገስ በተሰተሩ ተራራዎች የተከበበች፣ በአረንጓዴ ዕፅዋት የተሞላች፣ 'ዓይጥ ዘመዴ' በሚል ቅጽል ስም የሚጠራባት፣ 'አቦ!' በሚል ዘይቤ ሰላምታ የሚሰጣጡባት።

የነንዋይ፣ ኤፍሬም . . . የሰባዎቹ የሙዚቃ ፈርጦች ዜማ የሚንቆረቆርባት፤ የተለያዩ ማህበረሰቦች ለግብይት የሚመጡባት 'የአስረሽ ምችው' ከተማ ናት ጂንካ።

ሰው ቅን ነው፤ ኑሮው ርካሽ ነው። ኔሪ ወንዝ ውስጥ ሻወር ወስዶ ቡናና ሻይ በአስር ሳንቲም፣ ክትፎ (አንደኛ ደረጃ) አመልዬ ቤት ሁለት ብር፣ የሆቴል ክፍል - ክፍሉ እየጸዳ፣ አንሶላ እየተቀየረ በወር ሰላሳ ብር . . . የሆነባት ትንሽ ግን ደማቅ ከተማ።

ለሁለት ወር እዚች ከተማ ቆየሁ። ፊልም ቤት፣ ትያትር፣ መጻሕፍት ቤት የለም። ቀልዱ እንደ አህያ ውርንጭላዎች ሁልጊዜ ተመሳሳይ፣ ጥቂት ወረድ ተብሎ ገበያውን ዙረው ሲመለሱ እንደ ቻይና ሸራ ጫማ ሶል ቶሎ የምታልቅ ነበረች - ጂንካ ያኔ!

በሁለተኛ ወሬ ሥራዬን ጥዬ ወደ አዲሳባ ተመለስሁ። ዘመድ አዝማድ፣ ጓደኞቼ "አሁንስ ቀበጥህ!" አሉኝ። ዘጉኝ! ኩም ብዬ ቤተክርስቲያን የገባች ውሻ ይመስል ጅራቴን ቆልፌ ተመለስሁ።

መምህራን ጓደኞቼ በጋራ አብረው ይበላሉ፣ ይኖራሉ፣ ይዝናናሉ። እኔ ግን ብቻዬን ነፃነቴን ሳጣጥም ዓመቱ አለቀ። ለካ ጓደኞቼ ወጪያቸውን እየቀነሱ፣ እቁብ እየጣሉ፣ ገንዘብ ያጠራቅሙ ኖሯል። ስለዚህ የሁለት ወሩን እረፍት ለማሳለፍ እየተሳፈሩ ወደየቤተሰባቸው ሄዱ።

እኔ ብቻዬን ቀረሁ!

"አትሄድም? ዘመድ የለህም? . . ." ጥያቄ ጐረፈልኝ።

ነፃነትን ፍለጋ በመኪናና በእግሬ ተማሪዎቼ ወደሚኖሩበት ገጠር ሳልወድ በግድ ለመሄድ ወሰንሁ።

በመጨረሻ ሐመር ቡስካ ተራራ ላይ ደረስሁ። ልቤ ቦረቀች፤ መንፈሴ በደስታ ተሞላ። ድንግሉን የሐመርን ተፈጥሮ፤ ተራራና ሸንተረር እንደ ሐረሩ ጊሸጣ ስገምጠው አፌ ሞላ። የሆነ ሲንተፋተፍ የኖረው ውስጣዊ ስሜት እንደ ጥዑም ሙዚቃ ተንደቀደቀ፤ ተነሳ።

የባህልና ውበት፤ ተፈጥሮአዊ ብዝኃነት በተስማማ የሙዚቃ ቃና የሚሰማበት የምድር ገነት እንደደረስሁ ተፈጥሮ ዐይነበጐዋን ገልጣ አሳየችኝ።

እርግጥ ነው መጀመሪያ ሆስፒታል፣ ትምህርት ቤት፣ መንገድ ሳይሰራ ግብር የሚሰበስብ የመንግሥት ሠራተኛ መስያቸው በማይደበቅ ንቀት አይተውኝ ነበር። በሁለተኛ ደረጃ የሚማሩት ከአምስት ከማይበልጡ ተማሪዎቼ ውስጥ ሁለቱን ካገኘኋቸው በኋላ ግን 'አስተማሪያችን' ብለው አስተዋወቁኝ።

ዲመካ ላይ ደግሞ 'ሚንጊ' (ገፊ) ተብሎ የተጣለውንና በመጨረሻ ባህላዊ ደንብ ተሠርቶ ወደ ዘመዶቹ ተቀላቅሎ 'ሐመርታ' የሆነውን አስተማሪ ሐብቴን አገኘሁት።

አንድ ቀን ጠዋት ጐረምሶች ከተኛሁባት ትንሽ ድንኳን ውስጥ መጥተው ቀሰቀሱኝ።

"ባይን ወይኤ" አሉኝ።

አልገባኝም፤ ሐመሮች በምልክት ቋንቋ የተካኑ ስለሆኑ የሆነ ቦታ እንሂድ እንዳሉኝ ተረዳሁ። ቱታዬንና ይስራ አይስራ የማይታወቀውን አሮጌ ካሜራ ይዤ ተከተልኳቸው።

አንድ ሦስት ኪሎሜትሮች ሄድን። ከብቶች በጭሮሽ የሚወጣ ውኃ ገንዳው ላይ እየፈሰሰላቸው ይጠጣሉ። ሴቶችና ጐረምሶች ደግሞ እርስበርስ በአኖና አሰሌ አፈር ላቁጦ በተዘጋጀ ጭቃ ሰውነታቸውን እያሹጐረጐሩ ይቀባሉ።

ያን ትዕይንት ቆሜ ሳይ አንድ የሐመር ጐረምሳ በምልክት ቱታዬን አውልቄ እንድሰጠው ጠየቀኝ። ጃኬቱን ሰጠሁት፤ ሱሪየንም ጠየቀኝ። በፓንት ብቻ መላመላየን ቆምሁ። ለበሰውና ስቆ አወለቀው፣ ቀጣዩም ለበሰውና እየሳቀ አወለቀው፤ ከዚያ ተለበሰ፣ ወለቀ፤ ተለበሰ ወለቀ።

ይዤው በመጣሁት እሳቤ ብዙ ሰው የለበሰውን መልበስ ከበደኝ። በፓንት እንደቆምኩ ትንሽ አሰብ አደረኩኝና፤ "ቀቡኝ!" አልሁ። በኔ ቤት ያ ውሳኔዬ ግርምታን የሚያስከትል መስሎኝ ነበር። 'ወይ ፍንክች!' አሉ። ሐመር ውስጥ አንድ ልሁን፤ እናንተን ልምሰል ማለት ተራ ነገር ነው - ምናልባትም አለ አይደል - የውዴታ ግዴታ!

ሰውነቴን መቀባት ከመጀመራቸው በፊት ትንኞች ሰውነቴን እየወረሩ ሰላም ነስተውኝ ነበር። አኖና አሰሌውን ቀቡኝ - የውስጥ ሱሪዬን

ሳላወልቅ። ድንገት ግን አዕምሮዬ ውስጥ ሐመር ውስጥ 'ወንድነት በምን ይሆን የሚለካው? መጠንስ ቦታ ይኖረው ይሆን' ብዬ ለማወቅ ፓንቴን አወለቅኩት።

ሴቶቹ፣ ወንዶቹ እርቃኔን ቆሜ ብልቴ እንደ መስቀል ብትር ሲሽርጐረጐር አዩኝ፤ እኔም አየኋቸው። ብልት የወንድነት መለኪያ አይደለም። የብልት መጠን አያማልልም። የወንድነት መለኪያው በኋላ እንደተረዳሁት ልብ ነው፣ በራስ መተማመን፣ መጀነን፣ ዒላማን አስተካክሎ መምታት፣ አደናነስና አነካክ ማወቅ ነው።

በተፈጥሮ ቅባት ተሸሞንሙኜ እንደቆምሁ ሁለት የሐመር ጐረምሶች ይዘውኝ ወደ ረባዳ ቦታ ወሰዱኝ። ተመልካቾች ተሰትረው ቆሙ።

ሁለቱ ጐረምሶች አንዲት ላም አምጥተው በጆሮዋ ዐይኗን አስሸፍነው ሁለቱም ዘለሏት። "ዝለል" አሉኝ። ውድድር መሆኑ ገባኝ። ከነሱ ይበልጥ ተንደርድሬ ሮጬ ላሟ ጀርባ ላይ ቆሜ ወደኋላዬ ወደቅሁ።

ብዙ ሳቅ ተሰማኝ እንደወደቅሁ!

'ማሸነፍ አለብኝ' ብዬ ወሰንሁና ሳይቀድሙኝ ተነስቼ ፑሽአፕ ሰራሁና እኔ የሰራሁትን ስሩ አልሁ። በጥንካሬ ሳይሆን በልምድ ስለሆነ አልቻሉም። አንድ ላንድ ሆንን!

ሌላ ውድድር አዘጋጁ፤ ሩጫ። መነሻውን፣ መታጠፊያውንና መድረሻውን አሳዩኝ፤ እንደ ንፋስ ነው ሽው ብለው የሚሮጡት፤ መታጠፊያው ላይ ግን ኃይላቸውን ስለማይቀንሱ ርቀው ነው የሚጠመዝዙት። እኔ እንዴትና መቼ ኃይል መቀነስና መጠምዘዝ እንዳለብኝ ስለማውቅ ሁለት ጊዜ በመብለጥ ሳይሆን በብልጠት አሸነፍኳቸው። ዙሩን ለማክረር የዩንቨርስቲ ስፖርት አስተማሪዎች

ባስተማሩኝ በጭንቅላት መገልበጥ ስልት ተገልብጬ ስሩ አልኳቸው፤ አልሞከሩትም።

የሐመር ተመልካች ለቡድኑ ያደላ ይሆን ብዬ ዐይኖቼን እንከራተትሁ። አዲስ አበባ - የቡናና የጊዮርጊስ ደጋፊ እንደ ጠላት ነው የሚተያየው፣ በውጭውም ዓለም የማንችስተር ዩናይትድና የሊቨርፑልም እንዲሁ ላሸነፈው ስላሸነፈ፣ ጎል ስላገባ፣ ስለ ስፖርታዊ ጥበቡ አይጨበጨብም። አድናቆት የአስተሳሰብ ቡድናዊ ስሜት ውጤት ነው። ስፖርት ስለ ስፖርት፣ አርት ስለ አርት አይደለም። በቡድን ማምለክ፣ ለቡድን ጣዖቶች መስገድና ማጨብጨብ የምሰማውና ያደኩበት ባህል ነው። ቡጢ ያየሁበት፣ በሰንጢ መወጋጋት ያለበት፣ ዘለፋና ስድብ የተቀላቀለበት፣ ድንበር ለይቶ የሚጠዛጠዙበት ነው።

ሐመሮች ግን ስፖርትን ስለ ስፖርት ነው የሚያዩት። ሳሸንፍ እንግዳው አሸነፈ ተባለ። ደስታቸውን በፈገግታቸው እንደ ሽቶ አርከፈከፉልኝ።

ከዚያ የሐመር ተማሪዎቹ ተጠሩ፣ ሽማግሌዎች ዋርካ ዛፍ ሥር ተሰበሰቡ።

"እኛን መሰልህ፣ ከልጆቻችን ጋር ተጫወትህ . . . ስለዚህ ከብት ዘለህ፣ ልጃገረዶች ተገርፈውልህ፣ አግብተህ፣ ወልደህ ከእኛ ጋር ትኖራለህ" አሉኝ።

"እንዴት?" ጠየቅሁ።

"ከእኛ ውስጥ አባት ምረጥ" አሉኝ።

ዙሩ ከረረ፤ እኔም አመረርሁ። አባቴ ሞቷል ስለዚህ አባት ያስፈልገኛል። ከዚያ በሕገ ልቦናዬ ሁሉንም በጥሞና አስተዋልሁና አባቴን መረጥሁ - በርቴን።

እግሩ ሥር ሄጄ ተንበረከኩ። ጀርባዬን እየመታ “ፕስስ!” እያለ መረቀኝ፤ ከዚያ ሌሎች ሽማግሎች በተመሳሳይ መረቁኝ። አባቴ በግራ እጁ ቀኝ እጄን ይዞ ሳይለቀኝ ወደ ሻንቆ መንደሩ ይዞኝ ሄድን።

ከጐጆው ፊት ለፊት ካለው የሾህ አጥር ላይ ፍየል ታረደ፣ የባህል ደንብ ተሰራ፣ እናቴ ዳራ የበርቲ ሚስት ለጋ ቅቤ አናቴ ላይ አደረገችልኝ፣ የምጠጣበትን 'ሾርቃ' በአለላ አስውባ ሰጠችኝ። ወደ ወላጆቼ ቤት ልጅ ሆኜ ገባሁ።

እናትና አባቴ ቤት ፊት ለፊት ቁርበት ላይ ተቀመጥሁ። ስምም ወጣልኝ 'ላሎምቤ' ተባልሁ፤ 'ቀይ ጥጃ' ማለት ነው።

> “ከብት ብትሆን ከብት በረት፣ ፍየል ብትሆን ፍየል ጋጥ እንወስድህ ነበር፣ አንተ ግን ሰው ነህ፤ በዚያ ላይ ልጃችን ነህ ስለዚህ አብረኸን ሆንህ አብረኸንም ትኖራለህ!” አለኝ አባቴ በርቲ።

የሸፎሮ ቡናው እሳት ይንጣጣል። በአይዜ ያጌጠችው የሐመሯ እህቴ እሳቱን እየቆሰቆሰች ታየኛለች፣ ጨረቃና ከዋክብት በሚያምረው ብርሃናቸው በሥርዓት ብልጭ ድርግም እያሉ አጅበውናል።

ነፃነት ተሰማኝ!

“እፍ አንተ የኖርኩብህ ጥላቻና በቀል ጥፉ .... እፍ!”

ቅልቅል

ሆጨጭ ብለው እንደ ገና መብራት ከሚብለጨለጩት የሐመር ኮከቦች፣ ሰማይ ላይ ተወርዋሪ ኮከቦች ሲወረወሩ፣ ሙሉ ጨረቃ ድምቅ ብላ በርታ የሌሊቱ ውበት አምሯል።

የከብቶች ቃጭልና እንቅስቃሴ እንደ አፍሪካ ጃዝ ሙዚቃ ቃና ፈጥሮ ያማልላል። የተኛነው ከውጭ ቆርበት ላይ ነው። በዘመነው ሳይንስ እንዲህ ያለውን የሰውና የመሬት ግንኙነት 'ከተፈጥሮ ጋር ቀጥተኛ ግንኙነት ማድረግ' ይሉታል። የሰው ልጅ ይህን ግንኙነት ማድረግ የሚችለው አካሉ በቀጥታ ከመሬት ጋር ሲገናኝ ወይንም እንደ ቆርበት ባሉ ኃይልን ሳያቋርጡ ማስተላለፍ በሚችሉ አካሎች መሆን አለበት። ምዕራባውያኑ ይህን የኃይል ሚዛን የመጠበቂያ ዘዴ ያወቁት አሁን ነው።

አፍሪካውያን መደብ ላይ በሚነጠፍ ሰሌንና ቆርበት ላይ የመተኛት የብዙ ዓመታት ባህል አለን። ያ ባህል በሰው ልጅ አካል ያለው ኃይል እንዳይበዛና ሚዛናዊ፣ ጤነኛ በማድረግ ስሜታዊ መስተካከልን ይፈጥራል።

ስልጣኔ የሰውነትንና የመሬትን ፍጹም ግንኙነት በሚያዛቡ የፕላስቲክ መጫሚያዎች፣ ፎቆች ላይ መኖር፤ ለማይድኑ የአካል ህመሞች፣ ጭንቀትና ድብርት እንደሚጋለጥ በመታመኑ ወደነበረው ተፈጥሯዊ ትስስር 'ወደ ተፈጥሮ መመለስ' ማሳሰቢያው ማስተጋባት ከጀመረ ውሎ አድሯል።

ከእንቅልፌ ስነቃ አእምሮዬና ሰውነቴ ተዋሕደው የሰላምና የምቾት ስሜት ተሰማኝ። የአዕዋፍ፣ የነፍሳት ዝማሬ ከንፋሱ እንቅስቃሴ ጋር እየተዋሐደ እንደ ረቂቅ የሙዚቃ ኦርኬስትራ በመሬት ሰፊ የተዋበ መድረክ ላይ ሲንቆረቆር ተሰማኝ።

ይህ ሰላምና ነፃነት መኖሩን አላውቅም ነበር። ስመኝ የኖርሁት ግን እንዲያ ያለውን ፍጹም መስተጋብርና ነፃነት ነበር። መሬት፣ ከዋክብት፣ ጨረቃ . . . በኔ ሲረኩና ሲቦርቁ ማየት፣ ንፋሱ በኔ ንክኪ ደስታ ሲዘምር መስማት፤ ዕፅዋት ለእኔ መዓዛ ጥዑም መዓዛቸውን ሲያርከፈክፉ ያን መዓዛ ዐይኖቼን ጨፍኜ ወደ ውስጤ መሳብ።

ከእናት መሬት ከአባት ሰማይ ጋር አብሮ መሆን፣ አንድ መሆን፤ ካለ ስግብግብነት፣ ካለ ቅናት፣ ካለ ጥላቻ እማማ አፍሪካ ላይ!

ሌሊት ላይ የሐመር ልጃገረዶች ተነስተው ሽፎሮ ቡና ማፍላት ጀመሩ። ፊታቸው ላይ ድብርት የለም፣ መከፋት የለም፣ መሰልቸት የለም፣ ፍራቻ፣ ጭንቀት የለም።

ሐመር ላይ ተኝቶ መንቃት ፍሥሐና ደስታ ይሰጣል። አብሮ መሆን እርካታ ነው፤ ሰውና ተፈጥሮ ይደማመጣሉ፣ ይስማማሉ፣ ይነካካሉ፣ አብረው ያዜማሉ።

ከተኛንበት ተነስተን ጐጆ ውስጥ ገባን። የመንፈስ አባቴ በርቲ ስለ ባህሉና ትውፊት፣ ስለጀግንነትና ኅብረት ጥቅም ሲያወራ ቋንቋውን ባልሰማውም ዝም ብሎ ገባኝ። ሰው አእምሮው ሰላም ሲሆን፣ ሲረካ፤ የተፈጥሮም ይሁን የሰው ቋንቋ ይሰማል።

ሐመር ውስጥ መስማት ባህል ነው። ማዳመጥ ከመናገር የበለጠ ክብር አለው። ዝም ያለ ብዙ ነገር ይሰማል፤ ብዙ ነገር ይገባዋል። ዝምታ ቋንቋ ነው፤ ድምፅ ሳያወጣ የሚሰማ በዝምታ ውስጥ ያለውን ርካታ፣ ፍቅር፣ ተስፋ፣ ህልም ያዳምጣል። ዝምታ እንደ ጀልባ እያንሳፈፈ ይወስደዋል። ዝምታ ጀግና ያደርጋል!

የሐመር የቡና ሥርዓት ነፃ የትምህርት ክፍለ ጊዜ ነው። ታላላቆች የሚያውቁትን የሚያካፍሉበት፣ የማህበረሰቡን የጋራ ጥልቅ ዕውቀት (የላቀ አስተሳሰብ) የሚያስተላልፉበት።

የጋራ ጥልቅ ዕውቀት በግል ከምናገኘው የላቀ ነው። የዚህ ልዩነት መሠረታዊ ምክንያቱ ደግሞ በጋራ ማሰብ የጋራ ባህላዊ አእምሮ ልህቀት መፍጠሩ ነው። ለችግሮች በፍጥነት መፍትሔ መፍጠር፣ አማራጮችን መመልከት መቻል፣ የዳበረ የመስማት ችሎታ መፍጠር፣ በጥልቀት ማየት መቻልን ያካትታል። ይህ ደግሞ ከነበረው ላለው፣ ካለው ወደሚመጣው በቃል ይተላለፋል።

በአፈታሪኩ የሰው ልጅን የላቀ እሳቤ ማቆራኘት፤ ማሳደግና መቀጠል ይቻላል። ሐመሮች የዚያ የጋራ የላቀ አስተሳሰብ ባለቤቶች ናቸው።

በርቲ የዚያን ቅብብሎሽ በቀላል መንገድ እያስተላለፈ ነው። ሌሎቻችንም በፀጥታ እያደመጥነው ነው። ለማድመጥ ፀጥታ ያስፈልጋል።

ጠዋት ላይ ከጐጆ ውስጥ ወጥተን ወደ ከብቶቹ ሄድን፣ በርቲ እከብቶቹ መሐል ገብቶ አንዱን ዳሌውን፣ አንዱን ወገቡን፣ ሌላውን አንገቱን እየነካካ ወደ ጥጆች ሄደ። የሚያማምሩት ጥጆችን እያቀፈ አወራቸው።

“ሰላም ለእናንተ ይሁን፣ እደጉ፣ ተመንደጉ፣ ብዙ ተባዙ” እያለ።

እናቴ ዳራና እህቴ ኮቶ ለከብቶቹ ሦስት አራት ቦታ ጢስ አጤሱላቸው።

ጢሱ ቢንቢና ዝንቦችን ያባርራል፣ ሙቀት ይሰጣል። ከብቶቹ እርስ በርስ እየተሻሹ ተሳረሩ . . . በስተምሥራቅ በኩል በቀለማት የደመቀችው ፀሐይ ሰማዩን በብርሃኗ እያጥለቀለቀች ነገሠችበት።

በርቲ ጠራኝ፣ አጠገቡ ሄድኩኝ። እኔና ከብቶችን አስተዋወቀን፤ ከብቶቹ ሰረቅ እያደረጉ አዩኝ፤ ቀስ ብዬ ነካካኋቸው።

በፍቅር ከብቶች ታለቡ። እልቢያው ዝርፊያ አይደለም፤ እልቢያው በመግባባት ላይ የተመሠረተ ሰጥቶ መቀበል ነው። ከብቶች ሲታለቡ የወተት መያዣ ዶላው በነጭ አረፋ ተሞላ፤ ከዚያ ከከብት ቆርበት በተሰራው ዋንጫ ተሞልቶ ተሰጠኝ።

ያልተፈላ ወተት ጠጥቼ አላውቅም። ወተቱን ሳየው ግን ጥቋቁር የማጥንቱ ከሰሎች ሲንሳፈፉ አየሁ። በኬሚስትሪ ትምህርቴ ከሰል ባክቴሪያን ይገላል። የበላው ወይም የጠጣው ላልተስማማው ሰው በሕክምና ባለሞያዎች በእንክብል መልክ ከሰል እንደሚታዘዝም አውቃለሁና ወተቱን ስምጥጥ አድርጌ ጠጣሁት።

የወተቱ መዓዛና ጥፍጥና ለጉድ ነው!

ቀኑን ሙሉ ሕፃናትና አዋቂዎች በየተራ የሚያውቁትን ሲያሳዩኝና ሲያስተምሩኝ ዋሉ።

ካለ ምንም ቅድመ ዝግጅት ተመራማሪ (ኤትኖግራፈር) ሆንኩኝ። አብሮ እየኖረ፣ እየጠየቀ ማስታወሻ የሚይዝ። ሐመሮች አዲስ ሞያ አስተማሩኝ፤ አዲስ መንገድ ቀየሱልኝ። የማወቅ ጉጉቴ ሲጨምር ይበልጥ እየተጠጋሁ ሄድሁ፤ እንቅስቃሴዬ ነፃነት ማግኘት ብቻ ሳይሆን ማወቅንም አካተተ። የማወቂያ ዘዴዬ ደግሞ የሥነ ሰብእ ('አንትሮፖሎጂ') መስፈርት የሚያሟላ ሆነ። ስለዚህ ለሥነ ሰብእ ሙያ የተወለድሁ እንደሆንሁ ተረዳሁ።

* * *

አዲሱ ማንነቴ አዲስ ህልምና ኃላፊነት ፈጠረብኝ። ሚንጊ (ገፊ) ተብሎ ተወግዶ ወደ ማህበረሰቡ ደንብ ተሰርቶ ከተቀላቀልው ሐብቴ ጋር አብረን በየሐመር መንደሮችን ዞርን። ከዕለት ወደ ዕለት መመሰጤ ጥልቅ እየሆነ ሄደ።

አንድ ጊዜ ከሐብቴ (ስሙን ተጥሎ በነበረበት ወቅት አንስተው ወስደው ያሳደጉት ያወጡለት ነው) ተራራ ሥር ራቅ ብሎ የተሰራ ትምህርት ቤት አየንና ገባን። ትምህርት ቤቱ ከላይ ቆርቆሮ ያለውና በፍልጥ እንጨት ግድግዳ የተሰራ ነው። ምንም እንቅስቃሴ የለም።

ሐብቴ እየመራኝ ከክፍሎቹ መሐል ስንደርስ ድምፅ ሰማን፤ ከዚያ ጠይምና ረዘም ያለ ወጣት ብቅ አለ። ሰላምታ ተለዋወጥን።

"ተማሪዎችና መምህራን የት ሄደው ነው ብቻህን" አልሁት።

"መምህሩም፣ ዘበኛውም፣ ርዕሰ መምህሩም እኔ ነኝ። ሰባት ተማሪዎች አሉኝ። ሰባቱም በሙሉ ወደ ትምህርት ቤት መጥተው አያውቁም። ራቅ ብለው ካሉ በረቶች ስለሚሄዱ አይመጡም። ይህን ለበላዮቼ ስላሳወቅሁ አቴንዳንስ የለም። ሲመጡ አስተምራለሁ ካልመጡ እጠብቃቸዋለሁ" አለኝ።

"ብቻህን ነዋ የምትኖረው?"

"ሠራተኛ ነበረችኝ፣ ሠራተኛ ማግኘት ከባድ ነው። እኛ አካባቢ ሠራተኛ ሚስትም ጓደኛም ናት። ብዙ አማራጭ ስላላቸው እየተለማመጥህ ነው የምታኖራቸው።

"ችግሩ የአስተማሪ ደመወዝ ቀኑን ጠብቆ አይመጣም። አስቤዛ ለመግዛት የትራንስፖርት ችግር አለ። ስለዚህ ሴቶቹ ራሽን ያላቸውን ፖሊሶች ወይንም አበል የሚከፈላቸውን የግብርና ሠራተኞች ነው የሚመርጡት። በዚያ ምክንያት ባለፈው ሳምንት ለስድስት ወር አብራኝ የኖረችው ሠራተኛ ኀልታኝ ሄደች" አለኝ፣ በስጨት ብሎ።

ደነገጥሁ፣ ከልቤ አዘንሁ። መምህራን ብዙ ችግሮችን ተቋቁመው እንደ ሻማ ቀልጠው ለሌላ ብርሃን መስጠታቸው ከልብ አሳዘነኝ።

የዚያን መምህር ሕይወት ጻፍኩት። የመጀመሪያ የሥነ ጽሑፍ ሥራዬ ነው። ለአንዳንድ ጓደኞቼ አነበብኩላቸው። ምስጥ ብለው ይሰሙኛል፣ መተቸት ወይንም ማድነቅ ግን ወይ አይችሉም ካለበለዚያም አይፈልጉም።

እንደ አጋጣሚ ግን የሥነ ጽሑፍ ውድድር እንዳለ ሰማሁና ለመወዳደር በፖስታ ላኩት።

በከፍለ ሀገሩ ኢሠፓ ጽሕፈት ቤት በኩል ማሸነፌን የሚገልጽና ጽሑፌን በአካል ተገኝቼ ለተጋባዥ ታዳሚው እንዳነብ የሚያዝ ደብዳቤ ደረሰኝ። ቀኑ ሲደርስ ጽሕፈት ቤቱ ኃላፊነቱን ለመወጣት መኪና ማፈላለግ ጀመረ። የፋሲካ በዓል ስለደረሰ ወደ አርባምንጭ የሚሄድ መኪና አልነበረም።

አንድ ቀን ሲቀረው ቅዳሜ ቀን አንድ ቶዮታ ፒካፕ ተገኘች። ሾፌሩ እንዲወስደኝ ሲጠየቅ "ቦታ የለኝም" አለ።

እውነቱን ነው። ከኋላ እህልና የበዓል በግ ጭኗል። አብረውት አራት ሰዎች ይሄዳሉ። እነሱ ራሳቸው ተጨናንቀው የሚሄዱ ናቸው። ኢሠፓዎቹ ግን እኔን ካልያዘ ኬላው እንደማይከፈትለት አስታወቁት።

"ጌታዬ! ቦታ የለኝም አልኩ እኮ!"

"እያስገደድንህ ነው! ገባህ?" አለው በማስፈራራት።

ዝሆኖች ሲታገሉ የሚጎዳው ሣሩ አይደል።

"ነው? እሺ!" አለ ሹፌሩ። ሸራውን ከፍቶ አስገባኝና በእኔና በጉ ላይ ሸራውን ሸፍኖብን ከውጭ በኩል አሰረው።

መኪናዋ መክነፍ ጀመረች፤ ሹፌሩ እልሁን እኔ ላይ እየተወጣ ነበር። እኔና በጉ እየተንሸራተትን መጋጨት ጀመርን። ከዚያ በጉ ጋር ቦክስ ገጠምኩ እንዳይጠጋኝ። እኔም እሱም ለመኖር ታገልን።

አርባ ኪሎ ሜትር በዚህ ሥቃይ እንደሄድን መኪናዋ ቆመች። በአቧራ በታፈነው ሸራ ውስጥ ሆኜ ድምፄን ከፍ አድርጌ፤

"እኔም ተገድጄ ነው፣ እባካችሁ ይቅር በሉኝና ሸራውን ክፈቱልኝ በማርያም" አልሁ።

ሾፌሩ ሸራውን ከፈተልኝ። በጉን አሰርሁት፣ እኔም ሆንኩ በጉ ከመታፈኑ አቧራው ተሻለንና ቀዩን አቧራ ለብሰን አርባምንጭ ደረስን፤ ቀጥታ ባህል ቢሮ ሄድሁ።

የባህል ቢሮና የሥነ ጽሑፍ ውድድር ዳኛው ዕውቁ ከያኒ ኩራባቸው ደነቀ ነበር። ቁጭ አድርገው፣

"አጭር ልቦለድህ አንደኛ የአጭር ልቦለድ መስፈርቶችን ያሟላ ነው፤ ሁለተኛ አጻጻፍህ ይማርካል፤ ሦስተኛ ያነሳኸው ጭብጥ ጠንካራ ነው . . . ከዚህ ቀደም ጽፈህ ታውቃለህ?" አለኝ።

"አላውቅም ኩራባቸው! የመጀመሪያዬ ነው" አልሁት በሳሉንና የትወና ክህሎቱን በቀጣይ ዓመታቶች ከታላላቅ ተዋናዮች ጋር በትላልቅ መድረኮች ያሳየውን ኩራባቸውን።

ለመጀመሪያ ጊዜ ያ አጋጣሚ እንደ መኪና ሮዴታ ከነበርኩበት ግራ መጋባት መንጭቆ አወጣኝና የሥነ ጽሑፍ ሥራዬን ለመጀመሪያ ጊዜ መድረክ ላይ ተረኩት። ሌላ አገራዊ የሥነ ጽሑፍ ውድድር ላይም ድሌ ተደገመና የመጀመሪያው ኤትኖግራፊክ የልቦለድ ሥራዬን መጻፍ ቀጠልኩ።

* * *

ሳይታሰብ ጀ ፎክስ እና አንድ አይሪሻዊ የቀይ መስቀልና የቀይ ጨረቃ ልኡካን ጄንካ ወደሚገኘው የቀይ መስቀል ቅርንጫፍ ቢሮ መጡ። የጽሕፈት ቤቱ ኃላፊ አቶ ወሰኑ ተቀብሎ ሲያስተናግዳቸው ስለባህልና ተፈጥሮ ያላቸው ፍላጎት የላቀ ስለነበር ከኔ ጋር አገናኛቸው።

በነጋታው እኔና እነሱ ተያይዘን ወደ ማገሎ እና አሞ ፓርክ ሄድን። በጉዟችን አንበሳና ቀጭኔ አየን። ሙርሲዎችንም አግኝተን አወራን። ስንመለስ ስለ ተፈጥሮ፣ ባህልና ሳይንስ ብዙ አወራን። የትምህርት ቤታችንም የቀይ መስቀል ክበብ ኃላፊ እንደሆንኩም ነገርኳቸው።

ወደ ኢትዮጵያ የመጡት ስፔን ላይ በሚከፈተው ኤክስፖ ላይ ለቀይ መስቀልና ቀይ ጨረቃ ፓቪሊዮን የሚወከሉ የባህልና የተፈጥሮ ዕውቀት ያላቸውን ወጣቶች ለመምረጥ ነበር። መስፈርቱን የሚያሟላ ተወዳዳሪ ባለማግኘታቸው ትተውት ወደ መጡበት ሊመለሱ ነበር። ነገር ግን እነሱም እኔም ሳናስበው ተገናኘን፤ አቅሜን በቆይታችን መለካት ቻሉ። ስለዚህ አቶ ወሰኑ ደብዳቤ ከጻፈልኝ እንደተወዳዳሪ ውድድሩ ውስጥ እንደሚያስገቡኝ ነገሩኝ። ወሰኑ "ጻፍና ማኅተም አደርግልሃለሁ" አለኝ። ጀ ፎክስ ደብዳቤውን ተቀበለችኝ።

በአንድ ወር ውስጥ ልዩ አሸናፊ ሆኘ ከሌሎች ሁለት ወጣቶች ጋር ስፔን ሴቪልያ ሄድሁ። 'ተማሪው ሲዘጋጅ አስተማሪው ይመጣል' እንዲሉ ያ ዕድል የሕይወት ጉዞዬን ወደ አዲስ አቅጣጫ ወሰደው።

ምክንያትና ውጤት

ስለ ሐመሮች ስጽፍ ባለሙያና ነፃ ሆኜ ነው። ምክንያቱም አስተዳደጌ ፍርሃት ውስጥ በገባና ድርጊቱን በመጣልና ባለመጣል መካከል ባለ ማህበረሰብ ነው። ከውልደት በፊት ሞት ነበር፤ ከሞት በኋላ ፍርድ አለ በሚል የትምህርት ዝግጅቴ ደግሞ በምክንያትና ውጤት መሰል ሥነ ምክንያቶች የተሞላ ነው።

በሐመር ደግሞ ከውልደት በፊትና ከሞት በኋላ ትርክት የለም። ትርክቱ ስለ አደንና አዳኙ፣ ስለ መርዳትና መረዳዳት፣ ስለ ማጥቃትና መጠቃቃት፣ ስለ ጀግንነትና ፍርሃት፣ ርሃብና ጥጋብ ነው።

ኅብረቱ፣ መተሳሰቡ ከነባራዊው እውነታ የሚነፍስ፣ በቃል ትርክት የሚተላለፍ የጋራ የላቀ ዕውቀት የፈጠረው ባህላዊ ሕሊና ውጤት ነው።

የሐመር የሕይወት ዘይቤ የተሰጠ አይደለም። አምላክ (ቦርጆ) ዝናብን ብቻ ነው የሚሰጠው። ዝናብ መሬትን ያረሰርሳል፣ የረሰረሰው መሬት ዕፅዋትን ያበቅላል፤ እንስሳት ዕፅዋትን ይመገባሉ . . . ሰው እንስሳትንና ዕፅዋትን ይመገባል።

ሐመሮች የኑሮ ዘይቤያቸውን የመጀመሪያው ሐመር (ባንኪምሮ) አውጥቶላቸዋል። ቡስካ ተራራ ላይ እሳት አነደደ፤ ከተለያየ አቅጣጫ ሰዎች ተሰባሰቡ። ማንነታቸውን ጥለው እሱ የሰጣቸውን ማንነት ተቀበሉ። ባንኪምሮና እነሱ አንድ ዓይነት ጌጥ አድርገው፣ አንድ ቋንቋ ተናግረው፤ አንድ ዓይነት ምግቦችን በልተው አምላክና ተመላኪ ሳይሆን አክባሪና ተከባሪ ፈጥረው ያን ባህላዊ ትውፊት በአፈታሪክ፤ በትርክት እያስተላለፉ

በነበረው እንደነበረው ኖሩ፤ ከውልደት በፊት ሌላው ጋ አለ የሚባለውን ሳያውቁ፣ ከሞት በኋላ አለ ስለሚባለው ፍርዱ ሳይሰሙ ካለ ፍርሃት ኖሩ።

"ሁለት ያለው አንዱን ይስጥ" በሚል ሐብት አፍርቶ የማካፈል የመተሳሰብ ዘይቤ ሁሉም እንደ ጐረቤቱ መበላለጥ ሳይኖር ይኑር የአኗኗር ሥርዓት ኖሩ። ግለሰብ ሐመሮች ሕይወትን በግል ሳይሆን በማህበረሰቡ እገዛ ይጀምራሉ ካለ ብድር። አንድ ወጣት ጋብቻ ከመፍጠሩ በፊት ዘመድ ጐረቤት ከብት፣ ፍየል፣ ማር፣ ቅቤ ይሰጠዋል። ሕይወትን ያስጀምረዋል - ካለ ዕዳና መሸማቀቅ፤ የግለሰቡ ግዴታም ላልሰጠው መስጠት ይሆናል።

ሐመር ውስጥ ሕይወት ትርጉም አላት፤ ነፃ ምርጫ ጀግንነትን ያጐናጽፋል። ማደን የፈለገ አዳኝ ይሆናል፤ የከብት ማርባት ችሎታ ያለው ከብት ያረባል፣ ከአጐራባች ማህበረሰቦች መዝረፍ የፈለገ ይዘርፋል፣ ማግባት የፈለገ ከሁለት በላይ ሚስት ያገባል . . .

አብሮነት በነፃ ምርጫ ላይ ከተመሠረተ አብሮነቱ ውስጥ እኩልነት፣ ሚዛናዊነት ስላለ የግንኙነት ሰንሰለቱ ጠንካራ ነው። በእንደዚህ ዓይነቱ ውህደት አንድ ቀለም፤ አንድ ፍላጐት አለ የግል ነፃነትን የማያዛባ፣ ግላዊ እርካታን የማያግድ።

ምኞት የሚፈልገውን ያጣ ማህበረሰብ ስሜት ነው። መሆን እየፈለገ መሆን የማይችል ምሬት ያሰማል፤ ጭንቀቱን የማስታገስ መደበቂያ ይፈልጋል፤ ማመን ስለሚመኝ በእምነት ይጠላለፋል። ይህ የአፍሶ መልቀም ብኩንነት ሐመር ውስጥ የለም።

ሐመር ላይ ፍቅር ይዜማል፣ ውበት ይሞካሻል፣ አብሮነት በመተሳሰብ፤ በአንድነት የጋራ ዜማና ዳንስ ይገለጣል። ገነት የዚህ ሕይወት ውደት ነው።

የሞተ በድኑ ያርፋል፤ ነፍሱ ግን ሐመር ውስጥ ትኖራለች። የሚታየው የነበረው ህልውና በማይታየው ህልውና (እንደ ቦርጆ) ይተካል።

በቃ! ከዚያ በላይ በጭንቀት ዳንግላሳ እየጋለቡ ሽቅብ ቁልቁል ማለት የለም። ጊዜ ወርቅ ናት - አሁን ውስጥ ብቻ ያለች!

* * *

በሳይንሳዊ የአጠናን ዘዴ ከሴል ተነስቶ ወደ ውስብስቡ አካል መሄድ ይመረጣል። በሰው ልጅ ማህበራዊ ሕይወትም ማህበራዊ ሕይወት መሠረታዊ ባሕርያትና የአኗኗር ዘይቤዎች መነሳት ይመረጣል።

የሥነ ጽሑፍ ሥራዬን ያቀረብኩበት መንገድ ግብታዊ ቢመስልም አቅጣጫው መረዳትና ማወቅ ላይ ያተኮረ ነበር። ምክንያቱም እንደ አንዱ ኤትኖግራፈር በተወሰኑ የማህበረሰብ ጥናት ላይ የተመሠረተና በቃለ መጠይቅ፣ ኑሮውን በመኖርና በንጽጽር ከውጭ ወደ ውስጥ ሳይሆን ከውስጥ ወደ ውጭ በሆነ እይታ ከስሜታዊነት ተጽዕኖ ውጭ የማየትና የማሳየት ክንዋኔ ውጤት ስለነበር ነው።

ይህ እይታ በሥነ ሰብእ (አንትሮፖሎጂ) ሳይንስ የአጠናንና የአጻጻፍ ስልትም አንባቢ ሊያየው፣ ሊሰማው ወይንም ሊቀምሰው በሚችል የሥነ ጽሑፍ አቀራረብና ውበትን ከማድነቅ ፍልስፍና (ኤቲክስ) ጋር ተቆራኝቼ የኤትኖግራፊክ ባሕሪያትን በማሟላት የተጻፈ የኤትኖግራፊክ ልቦለድ መሆን ቻለ። ይህ የአጻጻፍ ባሕሪ (ጄንራ) በውጪ አለም በመጠኑ ተግባራዊ ሲሆን ለአገራችን የአጻጻፍ ስልት ግን የመጀመሪያው ሳይሆን አይቀርም ብዬ እገምታለሁ።

እንደ እድል ሆኖ ባህላዊ ጥናቴን እያከናወንሁ በነበርኩበት ወቅት ማጣቀሻ መጻሕፍትን ለማንበብ አዲስ አበባ ጥናትና ምርምር ተቋም ተቀምጬ በማንበብ ላይ ሳለሁ ሦስት ጃፓናውያን ወደ እኔ መጡ። ማሳዮሺ ሽጌታ፣ ማትሱዳ እና ሚያዋኪ ይባላሉ። ሽጌታ የባዮሎጂካል፣ ማትሱዳ የኢኮኖሚ፣ ሚያዋኪ ደግሞ የባህል የሥነ ሰብእ ተመራማሪዎች ናቸው።

ሽጌታ የአሪን፣ ማትሱዳ የካሮን፣ ሚያዋኪ ደግሞ የፀማይን (በኋላ ግን የኤርቦሬን) ማህበረሰብ ለማጥናት የመጡ ናቸው። እነዚህ ማህበረሰቦች ደግሞ የእኔ እናትና አባት ከሚኖሩበት የሐመር ማህበረሰብ አጐራባቾች ናቸው።

ተዋወቅን፣ አርፈውበት ወደነበረው አራት ኪሎ ወዳለው ቱሪስት ሆቴል ሄደን ተቀምጠን ብዙ አወራን። መጀመሪያ ከላይ ከላይ የሆኑ ሐሳቦችን ነበር የተለዋወጥነው፤ በኋላ ግን ጠለቅ ያሉ ሐሳቦችን እያነሳን ማውራትና መቀራረብ ጀመርን። ያ አጋጣሚ አቅጣጫ ቀያሪ ነበር ለእኔ።

ስለ አንትሮፖሎጂ ሳይንስ ጉጉት አደረብኝ፤ መጻሕፍትን ማንበብ፣ ከጃፓናዊ ጓደኞቼ ጋርም በቅርበት መወያየት፤ የአጠናን ሥነ ምግባራቸውንና ዶክመንት አደራረጋቸውን የጥናት ቦታቸው ድረስ እየሄድሁ መማር ጀመርሁ።

እኔ የተማርኩት ኬሚስትሪ ነው። ኬሚስትሪ የሚታዩና የማይታዩ እውነቶች የሚጠኑበት የሳይንስ ዘርፍ ነው። ሌላው ኬሚስትሪ ከትንሿ አተም ውስጥ ካሉት ፕሮቶን፣ ኒውትሮንና ኤሌክትሮን እስከ ግዙፍ ዓለም የተሰራበትንና አንዱ ከሌላው ጋር በሰጥቶ መቀበል ተዋሕዶ የሚኖርበትን የሚያሳውቅ የሳይንስ ዘርፍ ነው።

በዚህ ላይ ስለበርካታ ነገሮች የሚያጠናውን የሥነ ሰብእ (አንትሮፖሎጂ) የአጠናን ስልት ስጨምርበት እንደ ንሥር እይታዬ ጥልቀት ያለው መሆን ጀመረ። ስለዚህ ከጃፓን ጓደኞቼ ጋር ጓደኝነታችን በጋራ ፍላጐታችን የተመሠረተ ጥናትን ለማከናወን የሚያስፈልጉ የግምባር መብራት፣ ድንኳን፣ መቅረፀ ድምፅና የመሳሰሉትን ከእነሱ ማግኘት ቻልሁ።

እርግጥ ነው ይህ ሁሉ ሲሆን ማስተማሩን አላቆምኩም። ነገር ግን ብዙ ጊዜ በሥራ ገበታዬ ላይ ስለማልገኝ ደመወዜን በጠቅላላ የሚከለክሉና የሚያሸማቅቁ ደብዳቤዎች በተደጋጋሚ ይጻፍብኝ ነበር።

በሌላ በኩል ደግሞ ያላሰብኩትን አስተዋፅኦ ማከናወን ቻልሁ። ከጃፓን አንትሮፖሎጂስቶች ሌላ፤ ኢቮ ስትሬከር እና ጂን ላይዳል (የጀርመን)፤ ዴቪድ ተርተን (የእንግሊዝ)፤ አሌክሳንደር ናቲ (ኤርትራ) እና ሌላ ስሙን አሁን የረሳሁት የአሜሪካ አንትሮፖሎጂስት ጋርም ተዋወቅሁ፤ የመማር እድሌም ይበልጥ ሥር ሰደደ።

አንድ ጊዜ በደቡብ ኦሞ ዞን ላይ ኤትኖግራፊክ ሙዚየም እንዲከፈት የነበረውን የጋራ ህልም እውን ለማድረግ ከበደች አምባዬ (NGO ተወካይ)፤ የማጐ ፓርክ ተወካይ፤ ኢቮ ስትሬከር፣ ማሱዳ (አዲሱ የሥነ-ሰብእ ተመራማሪ) እና እኔ (ከመምህራን) ኦሞ ሆቴል ስብሰባ አድርገን እንዲከፈት የታሰበውን ሙዚየም ስለ ተፈጥሮ፣ ባህል፣ የአጥኝዎች ማረፊያነትና ለትምህርት ከሚሰጠው ፋይዳ አንፃር ተወያይተን ንኡስ ኮሚቴውን አቋቋምን።

ከዚያ አቶ አየለ ዋቄ (የከተማው ሰላምና መረጋጋት ሰብሳቢ) ጋር በመተባበር ሙዚየም የማቋቋም ፈቃድ ከአዲስ አበባ ዩንቨርሲቲና ከመንግሥት ጋር ለመነጋገር ተወሰነ። በዚያ መሠረት ግራዝማች ከበደ (የታሪክ አዋቂ)፣ አቶ ያዕቆብ ደምበል (ምክትል አስተዳዳሪ የነበሩ) እና እኔ ወደ አዲስ አበባ ተላክን።

አዲስ አበባ ኢቮ ስትሬከር፣ አሉላ ፓንክረስት፣ ዶ/ር መኮንን ቢሻው፣ ፕሮፌሰር ገብሬ ኢንትሶ (ያኔ የመጨረሻ አመት ተማሪ የነበረ የደቡብ ኦሞ ተወላጅ) እና በርካታ ምሁራን በተገኙበት የሙዚየሙን መሠራት ፋይዳ አቅርበን ሁሉም ተስማሙ። በመጨረሻም የወቅቱ ፕሬዝዳንት ዘንድ ቀርበን ኤትኖግራፊክ ሙዚየሙ እንዲሠራ ሀገር አቀፍ ፈቃድ ተገኘ።

ታታሪው አቶ አየለ ዋቄ፣ የከተማ ልማት ኢንጅነሩ፣ ማትሱዳ፣ ኤልያስ (የኛንጋቶም ተወላጅና ዋና አስተዳዳሪ የነበረ) እና እኔ አሁን ሙዚየሙ የተሠራበትን ቦታ መርጠን የመጀመሪያ ደረጃ ግንባታውን አስጀርመን፤ ሁለተኛውን ከጃፓን በሚገኝ እርዳታ እንዲሠራ ተወስኖ ግንባታው ተጀመረ።

* * *

የእኔ ኤትኖግራፊክ ልቦለድ መጻሕፍት አስተዋፅኦ የሌሎችን እውነቶች በቅንነት በመቀበል፣ ስሜትና እምነታቸውን ማክበርና የመከባበር ባህልን አስፋፍቶ ተፈጥሮና ባህላዊ እሴቶች እንዲጠበቁና እንዲታወቁ የማድረግ ሚና ላይ የተመሠረተ ነው።

በሐመር ማህበረሰብ ሁሉን አካታች የሆነ ሞራላዊ የአኗኗር ዘይቤ ('ኤቲክስ') አለ፤ ዘይቤው ባሕሪ ላይ የሚመሠረተ ሲሆን ሞራላዊ በሆነው የማህበረሰቡ ኑሮ አኗኗር የሚገለጽ ነው። ይህ አኗኗር ደግሞ የጋራ በሆነ ማህበራዊ ኢኮኖሚ ባላቸው ሁሉ የሚታይ የጋራ ባሕሪ ነው።

መጽሐፎቼ ያን ሞራላዊ ሥርዓተ ውበት ጥበባዊ ፋይዳውን ከዘይቤያዊ የአኗኗር ባሕሪ ጋር በሥነ ጽሑፋዊ ለዛ የማሰላሰል ጥረት ውጤት ነው። ይህ አቀራረብ የእኩልነት ሚስጥር የሆነው፣ ማገርና ቋሚ የሚያጠብቅ ማሰሪያ ሆኖ የቅርብ ሩቅ ሆነውብን የኖሩ ባህላዊ ትውፊቶችና ሙዚቃቸው እንደ ርችት በመላው አገሪቱ እንዲሰራጩ ምክንያት ሆነ።

ይህ የሐመር የአኗኗር ዘይቤና ሞራላዊ ሕይወት የታወቀው ፈላስፋ ኒቼ እንዳለው የአይሁደ ክርስቲያን መምጣት የሞራል አስተሳሰብ ተጣሞ የምዕራባውያን ስልጣኔ በተሳሳተ አቅጣጫ እንዲሄድ አደረገ። ማንም ሰው እንደጐረቤት እንዳይኖር፤ ምኞት ፍላጎቱ ማህበራዊ ሳይሆን ግላዊ እንዲሆን፤ ሐብት ንብረቱ የግል ብቻ የሆነና ሐብታምና ድሃ፣ አበዳሪና ተበዳሪ፣ ጨቋኝና ተጨቋኝ . . . ተፈጠረ። በኋላም ቅኝ ግዛትና ቅኝ ገዥ፣ ባሪያና የባሪያ ገዥ ተንሰራፍቶ ምዕራባውያን አፍሪካን በቅኝ ግዛት ተቀራመቷት።

ከዓመታት ትግል በኋላ አፍሪካ ከቅኝ ግዛት ስትላቀቅ የድህነት እሳቤን ወደ አፍሪካዊው አስተሳሰብ ውስጥ የሚጨምሩ የእርዳታ መርሀ ግብሮችን በመፍጠር የባርነት አስተሳሰብ ባሕሪ በአህጉራችን ውስጥ አሰፈኑ።

በኪነጥበብ ዘርፍ ደግሞ የአስተሳሰብ ልዕልናን እና የራስ መተማመንን በሚጐዳ መልኩ በተለይ ፈረንሳይ ውስጥ የ'ኤግዚቴንሽያሊዝም' እና የ'ንሂሊዝም' አስተሳሰብ ማዕበል ከምዕራቡ ዓለም ወደ አፍሪካ በማሰራጨት በባህሉና በትውፊቱ የሚኮራውንና ሕይወቱን ትርጉም ባለው የደስታ ስሜት የሚኖረውን ሕዝብ አናናሩን ጥያቄ ውስጥ ማግባትና ማናጋት ቀጠለ።

'የሰው ልጅ ውስንና ግላዊ ነው፤ አምላክ ደግሞ ዘላለማዊና ፍጹም ነው። ስለዚህ ሁለቱ በጭራሽ ሊገናኙ አይችሉም። ሰው ካለ አምላክ ራሱን ቅዱስ ማድረግ አለበት' የሚል አዲስ አስተሳሰባቸውን እነ ኪርከጋርድና አልበርት ካሙ አስፋፉ።

ሳይንስ ግን ሁሉ ነገር በምክንያት የተፈጠረና ትርጉም ያለው፤ ሁሉም ነገር በምክንያትና ውጤት የሚከናወን እንደሆነ ማስረጃዎቹን እየደረደረ መጓዙን ቀን በቀን እያሳደገ አንዱ ያለ ሌላው መኖር የማይችልና በስምምነት የሚኖር መሆኑን በጥናታዊ መረጃዎች እያጠነከረ መጓዙን ቀጥሏል።

ዜሮ ጓደኛ

ጂንካ ኢትዮጵያ ውስጥ ከሚገኙ ታላላቅ የገበያ ቦታዎች አንዱ ነው፤ የአሪ፣ የበና፣ ማሌ፣ ሙርሲ፣ ኮንሶ . . . ማህበረሰቦች የሚገበያዩበት። ቀለሙ ብዙና የሚያምር፤ ዕውቁ የአሪ ቡና የሚበቅልበት፣ ድንጋይ ከድንጋይ ጫፍ ላይ ቆሞ በተአምር የማይወድቅበት ነው!

ጂንካ ውስጥ ሌላው የማልረሳው ለአካባቢው ማህበረሰብ በየቦታው የውኃ ጉድጓድ የሚቆፍረውን የካቶሊክ ሚስዮን ሰፊ ግቢ ነው።

የካቶሊክ ሚስዮኖች *ሥራቸውን* ለመሥራት ሲያቅዱ ቀጥታ *ሥራቸውን* ይጀምራሉ፤ ሲጨርሱ ደግሞ ጠቅልለው ይሄዳሉ - ወደሚፈልጉበት አቅጣጫ። ገና ከጅምሩ የእጅ አዙር ቅኝ ግዛት ስውር ዓላማ እና ግብ ማንነትን ማጥፋት እንደሆነ ብረዳም ካቶሊኮች ያደርጉት ከነበረው ቀጥተኛ ተጽዕኖ በመቆጠብ ካለ ቅድመ-ሁኔታ ማድረግ የሚፈልጉትን ሲያደርጉ በማየቴ አክብሮት አለኝ። ሌላው ቢቀር ሠራተኞቻቸው እንኳን የእምነታቸው ተከታይ እንዲሆኑ አያስገደዱም። ምክንያቱም ጓደኞቼ ዓለማየሁና ተፈሪ የኦርቶዶክስ እምነት ተከታዮች ነበሩ።

አንድ ጊዜ የካቶሊክ ሲስተር የነበሩት ሁለቱ የ2ኛ ደረጃ ት/ቤታችንን ለመጐብኘት መጡና ተዋወቅን። ሦስት መምህራንን ፊልም ለማሳየት ሲጋብዙ አንዱ እኔ ሆንኩ።

አንድ ዕውቅ ፊልም አይተን ስንጨርስ በተለይ ጂን የተባሉት አሜሪካዊት ሲስተር ስለ ፊልሙ የተሰማንን ጠየቁን። ያን ጊዜ ዕድሜያቸው ወደ ስልሳው አጋማሽ ይጠጋል፤ ግን በጣም ጠንካራና ንቁ ነበሩ። አስተያየታችንን ከሰሙ በኋላ ልንወጣ ስንል ነጠል አርገው ወሰዱኝና፤

“በሳል አመለካከት አለህ፤ የመጣሁት ከኢምፔሪያሊስት አገር ስለሆነ ብንፈልግ እንኳን እንደ ልባችን ተመልሰን መገናኘት ስለማንችል ለምን ያማርኛ አስተማሪዬ አትሆንም? የራሱ ባጀት ስላለው ክፍያም ታገኛለህ” አሉኝ።

“ለሰጡኝ አስተያየት አመሰግናለሁ። ማስተማሩን ግን አልችልም፤ ቋንቋውን እናገራለሁ እንጂ ለማስተማሪያ የሚሆን ስልጠና የለኝም” አልኳቸው።

“በዚያ በኩል ሐሳብ አይግባህ፤ እኔ የቋንቋ መማሪያ መጽሐፍ አለኝ” አሉኝና በፈቃዴ የቋንቋ አስተማሪያቸው ሆንሁ።

ከዚያ፣ 'ጉዞ ወደ ተራሮች' የሚል እኔና እሳቸው መሥርተን በየወሩ በፈረስ መጓዝና እግረ-መንገዳችንንም ሐሳብ መቀያየር ጀመርን። ብዙ የሥነ አእምሮ ዕውቀታቸውን ያካፈሉኝ እሳቸው ናቸው፤ እኔም ባህል ላይ ያለኝን አስተሳሰብ አካፍያቸዋለሁ።

አንድ ጊዜ የማስተማሪያ ክፍለ ጊዜያቴን ጠብቄ ሄድሁና፤

“ሲስተር ዛሬ ያለው የማስተማር ጊዜዬ በሌላ ጊዜ እንዳካክሰው ይፍቀዱልኝ፤ ምክንያቱም ዛሬ ማስተማር አልችልም” አልኳቸው።

“ለምን?” አሉኝ - እንደዘበት።

“ከጓደኞቼ ጋር በማይረባ ጉዳይ ስንጨቃጨቅ ስለቆየን ከፍቶኛል” አልኳቸው።

ፈገግ ብለው የመማሪያ መጽሐፉንና ትንሿን የድምፅ መቅረጫ አንስተው ወደ መማሪያ ክፍላችን ሲሄዱ በግርምታ ተከተልኳቸው። ከዚያ

ቦታቸው ላይ ተቀመጡ፤ መጽሐፋቸውን ከፈቱ . . . እየከበደኝ ማስተማር ጀመርሁ።

አንድ ሰዓት ሲሞላ 'የሻይ' ሰዓታችን ስለሆነ አቆምን።

“አሁን ምን ይሰማሃል?” አሉኝ።

“ስለ ምን?”

“ቅድም ስሜትህ ጥሩ እንዳልነበር ነግረኸኝ ነበር”

“አዎ! - አሁን ግን ረሳሁት” አልኳቸው፤ እንደገና ፈገግ ብለው፤

“ሲከፋህ *ሥራ - ሥራ*በት! ራስህን በሥራ በመጥመድ ካለህ የመከፋት ስሜት በቀላሉ መውጣት ትችላለህ፤ አሁን ሻይ ለማምጣት ከመሄዴ በፊት አንድ ጥያቄ ልጠይቅህ - ስንት ጓደኞች አሉህ?” አሉኝ፤

ልመልስ ስሰናዳ፤

“ተረጋጋ መጀመሪያ፤ ከዚያ ደግሞ ዐይንህን ጨፍነህ አስብ” ብለውኝ ሄዱ።

ጥያቄው ቀላል ስለነበር ትኩረት ሳልሰጠው ጠበኳቸው። ሻዬንና ብስኩት ሰጡኝና ለራሳቸው የቀዱትን ሻይ ፉት ብለው፥

“ስንት ጓደኞች አሉህ?” አሉኝ ተመቻችተው እየተቀመጡ።

መቁጠር ጀመርሁ ከዚያ፥

“ከአስር በላይ ጓደኞች አሉኝ” አልኳቸው።

ከት ከት ብለው ሳቁብኝ።

"ለምን ሳቁብኝ?"

"ገረመኝ! ወይ አንተ እጅግ የታደልህ ሰው ነህ፤ ካለበለዚያ ደግሞ የጓደኝነት ትርጉሙን ገና አታውቅም ማለት ነው። ስለዚህ ጥያቄዬን ትንሽ ላብራራልህ፤ ችግር ቢገጥምህ ከጐንህ የሚቆም፤ እንደ ራሱ አድርጐ የሚያይህ . . . ስንት ጓደኛ አለህ?" ብለው ፊታቸው ቅጭም አለ።

የተባለውን መስፈርት የሚያሟላ ጓደኛ ለማግኘት ቁጥር መቀነስ ጀመርሁ፣ በመጨረሻም ዜሮ ላይ ደረስሁ። እሳቸው ባሉት ስሌት ጓደኛ የለኝም፤ እኔም እንደዚያ ዓይነት ጓደኝነት ውስጥ ገብቼ አላውቅም። ስለዚህ ድንግጥ ብዬ፤

"ያሉት ዓይነት ጓደኛ የለኝም" አልኳቸው - ኀፍረት እየተሰማኝ።

እጆቼን በሁለት እጆቻቸው ይዘው፤

"አይዞህ እውነቱ ይህ ነው፤ አብዛኞቻችን እንደራሱ አድርጎ የሚያየን ጓደኛ የለንም። ምናልባት ጥቂቶች እድለኞች አንድ ወይም ሁለት ጓደኛ ሊኖራቸው ይችል ይሆናል። ሶቅራጠስ፣ ሼክስፒር፣ እየሱስ ክርስቶስ እንኳን . . . ተከታይ እንጂ ጓደኛ አልነበራቸውም" አሉኝ።

ትልቁ ማወቅ እንኳን ከሌላው ከራስ ብዙ አለመጠበቅ ነው፤ ያን ጊዜ የነፃነት ኀህ ይቀዳል! እውነተኛው ጓደኝነትም ያኔ ይጀመራል! የዚህ ሚስጥር የገባኝ ግን ከዘመናት በኋላ ነው - ትላንት።

የአዕዋፍ ቋንቋ ተናጋሪው ጓደኛዬ

የሥራ ዓለምን የጀመርኩት በመምህርነት ነው። መምህር መሆኔን ግን አልወደውም ነበር፤ ዲፕሎማቲክ ማሽሞንሞን በሌለው ሁኔታ። መምህርነት ዓለም የመሰከረለት ጥሩ ሙያ ነው። ነገር ግን ዝንባሌና ተሰጥዖ ካልታከለበት ሙያው ጥሩ ስለሆነ ብቻ መርካት አይቻልም። አስተማሪ ብዙ አለቃ አለበት፤ ሁሉም ያዘዋል፣ ሁሉም ይቆጣዋል፣ ጉልበትም የለውም (በስልጣንም በገንዘብም)።

የኔ ተሰጥዖ ሐሳብ ማፍለቅ እንጂ ሐሳብን እየደገሙ ማስተማር አይደለም። ስለ ውስብስብ ነገር ማሰብና መጠየቅ፣ ያንን ተመርኩዞ ቀላል የሚመስለኝን መፍትሔ ሐሳብ ማፍለቅና መጻፍ ነው - የኔ ፍላጐት። በዚህ ሂድ በዚያ ሂድ የሚል መመሪያ ይዞ አቅጣጫዬንና ትኩረቴን የሚወስንልኝ አለቃ አልፈልግም። አለቃዬ ሕሊናዬ ነው። ውጤታማ የምሆነው በራሴ ስመራና፤ በራሴ አቅጣጫ ስሄድ ነው።

ሙዚቀኛ ተፈጥሮንና ውበትን በቅላፄው፣ ሰዓሊው በቀለሙ፣ ትያትረኛው በትዕይንቱ፣ ፊልም ሠሪው በብርሃን . . . እንደሚገልጻት ሁሉ እኔም ተፈጥሮን በቃላት፣ በሐሳብ መግለጥ ነው - የኔ ፍላጐት።

አስተምር በነበረበት ትምህርት ቤት ሦስት ቡድን ነበር። የመንግሥት የነበረውን የኢሠፓ ፓርቲ የሚደግፍ - በአንድ በኩል፤ ኢሠፓን የሚቃወም - በሌላ በኩል። እኔ ከሦስተኛው ቡድን ውስጥ ነበርሁ - ሁለቱንም ፖለቲከኞች ከሚጠሉት።

'እባብ ያየ በልጥ ይሸሻል' እንዲሉ ለእኔ ፖለቲካ እባብ ነው - ቀድሞም ይሁን ዘግይቶ ይነድፋል፣ ይገላል፣ ያሳስራል ወይም አገር አስጥሎ ያሰድዳል። በፖለቲካ አዙሪቱ ከዚህ ውጭ የሆነ አላየሁም።

ተስፋዬ ማትስ፣ እንግዳ እና ጣሓ ስፖርትና ቀልድ ይወዳሉ። ደረጀ ታሪክና ትረካ ያውቃል፤ ሌሎች የመንግሥት ሠራተኞች ባመዛኙ ደረጀን በጨዋታ የወዛ ዕውቀቱን ስለሚወዱለት ንግሥት ንብን እንደሚከቡ ድንጉላዎች ይከቡታል። ተስፋዬ ኩባ ተምሮት በመጣው ፊዚክስ ነው ሕይወትን የሚበልታት። ለጥያቄው መልስ ማግኘት አለበት፤ ለማንኛውም ውጤት መነሻ አለው ባይ ነበር። እኔና ተስፋዬ በጣም እንግባባ ነበር። አይኬ አስፋው ከታሪክና ፖለቲካ ውጭ ቀልቡ አይሳብም።

ባሕረወሰን ደግሞ የተለየች ናት፤ ጊዜዋን አጥፍታ የተቃጠለ ሰዓት ጭማሪ መጠየቅ አትፈልግም። ውጤት በሌለው ክርክር ጊዜዋን አታባክንም፤ ስታወራ አስባ ነው፤ በአለባበሷ ጥንቁቅ ነች፤ ስትዝናና ከንፍ አውጥታ ነው የምትዝናና። ሰብለ እንደ መካከለኛው ዘመን ንግሥቶች ዘንካታ ናት፤ ታነባለች፤ ሳቋና ንግግሯ እንኳን ከሰው ከአየሩ ጋር የተስማማ ነው። ትዝ የሚሉኝ ተማሪዎችም አሉ፤ መሐመድ፣ አባይነህ፣ ደረጀ፣ ከድር፣ አመለወርቅ የምወዳቸው ጉበዝ ተማሪዎች ነበሩ፤ የምነግራቸውን ውስብስብ ነገሮች መረዳት የሚችሉ።

እኔን የቅርብ ጓደኛዬ ሆኖ ብዙ ነገር ያሳወቀኝ ደግሞ የኦሞ ፓርክ ኃላፊ ('ዋርደን') የነበረው ይልማ ደለለኝ ነው።

ይልማ ስለ ብዝሃ ሕይወት ያጠና ቢሆንም በራሱ ጥረት ምናልባትም ቀዳሚው በአገራችን ውስጥ ያለ የኦርኒቶሎጂስት ሳይንቲስት መሆን የቻለ ነው። የመጀመሪያ መጣጥፉን ናይሮቢ ኬንያ በሚታተም 'ዋይልድ ላይፍ' መጽሔት ላይ እንዲያወጣ የገፋፋሁት እኔ ነኝ - እሱም ብዝሃ ሕይወትን በተመለከተ እኔ ሥራዎች ውስጥ የጨመረው አለ።

ይልማ ስለ እንስሳት - በተለይም ስለ አዕዋፋት ሲያወራ ከወፎች ዓለም ውስጥ ኖሮ፣ ኖሮ የተመለሰ እንጂ ለማወቅ ብሎ ስለእነሱ ያወቀ አይመስልም። በ19ኛው ክፍለ ዘመን አጋማሽ እንደነበረው ጀምስ ኦዱቦን አዕዋፍን የሚያውቃቸው እየሳለና ባሕሪያቸውን እያጠና ነው።

በእሱ ምክንያት የአሞ እና ማጐ ፓርኮችን እንስሳትና አዕዋፍ አወኳቸው፤ ከደረቱ በማይለየው 'ባይኖኩላር' ምርር እስኪለኝ ነበር ወፎችን እንዳይ የሚገፋፋኝ። ይልማ አዕዋፍን በዝማሬያቸው ይለያቸዋል። ስደተኛ ወፎችን ከነባር ወፎች ይለያል፤ ነባሮችን ደግሞ እኛ አገር ብቻ ያሉና ሌላው ዓለም ያሉ ብሎ ይከፍላቸዋል፤ የመስቀል ወፎችን ከመኸር ወፎች ይለያል።

ሌላውና እጅግ ከፍተኛ ውለታው ስለ ዲያን ፎሲና ጄን ጉዶል ዝነኝነት ለመጀመሪያ ጊዜ የሰማሁት ከእሱ ነው።

ኬንያ ውስጥ የሚኖረው 'ፓሊዮአንትሮፖሎጂስቱ' ዶክተር ልዊስ ሊኪ በቱርካና አካባቢ የአርኪዎሎጂ ጥናት የሚያደርግ ታዋቂ ሳይንቲስት ነው። ፓሊዮአንትሮፖሎጂ በቁፋሮና በድንጋዮች ('ፎሲል') ላይ ስለ ቀደምት ሰዎች ጥናት የሚያደርግ የሳይንስ ዘርፍ ነው።

ሊኪ ከተመራማሪነት ባሻገር ተሰጥቶት በነበረው ኃላፊነት በጭላዳና በጐሪላ ላይ ጥናት የሚያደርግ ተመራማሪ ይፈልግ ነበር። በሊኪ እምነት ጥናቱ ከፍተኛ ትዕግሥትን ይፈልጋል ብሎ በማሰቡ በምርምር ዓለም ብዙ ዕውቅና ያልነበራቸው ሴት ተመራማሪዎች እንዲይዙት ምኞቱ ነበር።

ጄን ጉዶልና ዲያን ፎሲ የተፈጥሮ ፍቅራቸው አስገድዷቸው በራሳቸው ወጭ ደጋግመው ወደ አፍሪካ የተመላለሱ እንስቶች ናቸው። ባጋጣሚ የዶክተር ሊኪን ፍላጎት በየራሳቸው መንገድ ሰሙ። ሁለቱም ፍላጎቱ እንጂ የትምህርት ዝግጅትና የተመራማሪነት ልምድ ባይኖራቸውም የተፈጥሮ ፍቅር እንዳላቸው በመረዳታቸው የጥናት ምርምር እድሉን እንዲሰጣቸው ሊኪን ተማጸኑት።

እንደ እኛ የወረቀት ነብር ያልሆነው ሊኪ 'ዋናው ፍቅር ነው' ብሎ የመስክ ጥናት ልምድና ትምህርት ዝግጅት ሳይኖራቸው በእምነት ብቻ እድሉን ሰጣቸው።

ዲያን ፎሲና ጄን ጉዶል ፋና ወጊ የሆነ ጥናታቸው በጽሑፍና በዶክመንተሪ ፊልም ሲቀርብ ታይቶ ተሰምቶ የማያውቅ አድናቆት ከአጽናፍ እስከ አጽናፍ ተስተጋባ። ጄን ጉዶል በታንዛንያ፣ ዲያን ፎሲ በሩዋንዳ ተራሮች እንደ ከዋክብት ተንቦገቦጉ።

የዚያ ገድል ምክንያት የሆነውን 'ጎሬላ ኢን ዘ ሚስትን' ያየሁ ቀን ቀኑ እንደ ፊልም ቤት ጨልሞ በገሃድ ወደ ጎሬላዎች ተራራ ሄድሁ። ዲያን ፎሲ ለአስራ ስምንት ዓመታት ትዕግሥትን በሚጠይቅና ከአዳኞች ጋር ጉሩምቦ ለጉሩምቦ ተናንቃ በጭካኔ መሞቷን ስሰማ አብሬያት የሞትሁ ያክል ተሰማኝ፤ ሕመሟ አመመኝ። ለጉሬላዎች የነበራት የፍቅር እስከመቃብር ቃልኪዳን በእሷ መሥዋእትነት አበቃ። የሰው ልጅ ራሱን ለሚያምንበት መሥዋእት እስከማድረግ መሄድ ትንሽ ዋጋ መክፈል መሆኑን ተረዳሁ።

ጄን ጉዶልም እንደ ፎሲ አትሙት እንጂ ሰላሳ ዓመታት የፈጀ ትዕግሥቷንና ፅናቷን ሳውቅ ውስጤ ለመብረር እንደተዘጋጀ ኤሮፕላን ስብስብ ብሎ ጠነከረ። ጄን ጉዶልና ዲያን ፎሲ ካረጉት እኔም አደርገዋለሁ ብዬ ካለ በቂ የትምህርት ዝግጅትና ልምድ በአገራችን ባልተለመደ ሁኔታ በኦሞ ሸለቆ ሕዝቦች ሕይወት ላይ የሚያጠነጥን 'የሥነ ሰብእ' ጥናት ላይ የተመረኰዘ 'ኤትኖግራፊክ' ልብወለድ መጻሕፍት መጻፍ ጀመርሁ።

'ቢካሚንግ ኤ ማን ኢን አፍሪካ' እና 'ብላክ ሳሞራይ' ዶክሜንተሪ ፊልሞች መነሻ ሐሳባቸውን በእኔ መጻሕፍት ላይ በማድረግ ወጥተው የሥነ ጽሑፍ አብዮት ፈጠሩ፤ በቅርቡ ደግሞ የሥነ ሰብእ (አንትሮፖሎጂ) ትምህርት አጋዥ መጽሐፍ ሆኑ።

ነጥሎ በማለም እግብ መድረስ እንደሚቻል ተማርሁ፤ እንደነ ኃይሌ ገብረሥላሴ ጠንክረው ከተለማመዱና ከሮጡ ማሸነፍ እንደሚቻል አረጋገጥኩ!

ከመድረክ ስንብት

አንድ ጊዜ አንድ የእምነት መምህር ሰብስቦ ሲያስተምረን "እየሱስ ክርስቶስ ፍጹም አምላክ፣ ፍጹም ሰው ነው" አለን። ከዚያ፤ "እየሱስ ፍጹም ሰው የሆነው ደግሞ እኛን ከአዳም የኃጢአት እዳ ሊያድነን ነው" አለን።

ልናምን ስለሄድን የኔ ተግባር ማመን ነበር - ግን አልቻልኩም። የወጣትነት ቅንነት ስለነበረኝ፤

"አምላክ ሰው ከሆነ ሰውም ወደ አምላክነቱ ከተመለሰ እኛስ ከአንዱ ባሕሪ ወደ ሌላው ወይም ሁለቱንም የሰው መሆንንና አምላክ የመሆን ጸጋ አለን ወይ - በአምሳሉ ስለፈጠረን?" ብዬ ጠየቅሁ።

ከመምህሩ ይልቅ አብረውኝ የሚማሩት ከፉቸው። መምህሩ በትዕግሥት እንደ ሳማ በምትለበልብ ቃል፤

"አትፈላሰፍ!" አሉኝ።

"እኔ የማደርገውን እናንተም ማድረግ ትችላላችሁ ብሏልኮ - በአስተምሮቱ" ብዬ ትንሽ ለእምነት አብረውኝ ለነበሩት ስነግራቸው በአንድ ላይ አጉረመረሙብኝ።

ከዚያ ወዲህ ጥያቄዎቼን በውስጤ አዳፍኜ ማዳመጥ ብቻ መረጥሁ።

ከዚያ ስለ ጥሞና፣ የአእምሮ ልዕልና (ኮንሸስነስ) እና 'እኔ ማነኝ' የሚሉ የምሥራቁ ዓለም የፍልስፍና መጻሕፍት ወደ ሀገራችን በገፍ ገቡ።

እኔም ማወቅ እስከምፈልገው ጥግ ሄጄ ለጥያቄዎቼ መልስ ለማግኘት ጣርሁ።

በልጅነቴ መሆን የምፈልገው ዘፋኝ ነበር - ማይክ ይዞ መድረክ ላይ መዝፈን። ሰውን ማስፈንደቅ ወይንም ማላቀስ፤ መድረክ ላይ ባልወጣም የኤሌክትሪክ ምሰሶ ሥር ማታ ማታ ከጓደኞቼ ጋር እየተሰበሰብን እንዘፍን ነበር።

አንድ ቀን የሙዚቃ መምህራችን በየክፍሉ እየዞረ በዳንስና በውዝዋዜ፣ በድምፃዊነት ተማሪዎችን እየመዘገበ እኛ ክፍል ደረሰ። እጄን እያወጣሁ በተወዛዋዥነትና በድምፃዊነት ተመዘገብኩና የመጨረሻ ክፍለ ጊዜ ሲያልቅ እንድንሰባሰብ ከተነገረን ክፍል ሄድሁ።

የሙዚቃ አስተማሪው ውዝዋዜ ፈተነኝና አለፍሁ። በድምፃዊነት የተገኙትን ስም ሲጠራ የእኔም ስም ተጠራ፤ የአንዳንድ ልጆችን ችሎታ ሰምቶ፤

“መዝፈን የምትፈልጉትን አስመዝግቡ” አለን።

አማርኛ፣ ኦሮምኛ፣ ትግርኛ . . . ዘፈን የሚችሉ ተመዘገቡ። እኔን ሲጠይቀኝ ሌሎች ያልተመዘገቡበትን መርጬ፤

“ዐረብኛ እዘፍናለሁ” አልኩት። ፊቱ በደስታ ፈካና፥

“ምን የሚለውን?” አለኝ - በእኔ መተማመኑ እየጨመረ።

“ሰበርታን” አልኩት።

በቀሪው ሁለት ቀናት የመወዛወዝና የመዝፈን ልምምድ አደረግን - አርብ ለትምህርት ቤታችን ተማሪዎችና መምህራን ለማቅረብ።

በውዝዋዜ አልተቻልኩም፤ መዝፈን ግን አልተለማመድኩም፤ ችሎታዬም አልተፈተነም።

ሐሙስ ለት ከበሮ መቻችን ምልክት ሲያሰማን እንዴት እንደምንገባና እንደምንወጣ ተለማመድን።

አርብ ለት በአቡጀዲ ጨርቅ መልበሻ ክፍል ተዘጋጅቶ ተማሪዎች ሜዳው ላይ፣ መምህራን ደግሞ ከየክፍሉ በወጣው ወንበር ላይ ተቀመጡ።

መምህራችን ራሱ ወጥቶ አስተዋወቀና በጉጉት የምንጠብቀው ሙዚቃ ድግሥ ተጀመረ። እኔም እየወጣሁ፣ እየገባሁ ውዝዋዜዬን ሳቀልጠው እንደቆየሁ፥

> “የሚቀጥለው ሙዚቃ ወደ ሱዳን ይወስደናል” ብሎ የሙዚቃ አስተማሪያችን ስሜን ሲጠራው ልቤ ለሁለት የተሰነጠቀች መሰለኝ።

ጋሼ እጄን እየጐተተ በተለምዶ 'የቀበሌ ሜጋፎን' የሚባለውን አስይዞ “ይህን ትጫኗለህ” ምናምን እያለ ነገረኝ፤ አልሰማሁትም።

ከዚያ ከበሮ መቻችን የመጀመሪያውን ምልክት አሰማ። ወደ ጋሼ ተመለከትሁ፤ በምልክት ጀምር፣ ጀምር አለኝ።

አንዲት ድምፅ እንኳን ማሰማት ተሳነኝ። ቀስ በቀስ ተመልካቾች ጓደኞቼ ሳቅ ጀመሩ፤ ሳቁ በአንዴ ወደ መምህራን ተጋባ። እኔ አንዴ በሳቅ የሚያውካካውን ተመልካች፤ አንዴ ጋሼን ስመለከት የሙዚቃ አስተማሪዬ ፊቱ ጉበት መስሎ ሲበሳጭ አየሁት።

ሰው ከመድረክ ላይ አይሮጥም? - ቆሜ ጠበኩት። ወደ መድረኩ መጥቶ መዝፈኛውን ነጥቆ፥

“አንዳንዴ ፈገግታ ያስፈልጋል” ብሎ ግራ እጄን ፈጥርቆ ይዞኝ ገባ።

እንደገባን ቂጤ ላይ ኃይለኛ የካልቾ ምት ሲያሳርፍብኝ ወደ ላይ ጉኜ በቂጤ ተዘረፈጥኩ - የቂጤ ዋንጫ እስኪወልቅ። የዛን ለት የዘፋኝነት መድረክ እድሌ ለቅጽበት ተከፍታ፣ በቅጽበት ለዘለዓለም ተዘጋች።

እኛ የሥነ አመክንዮ ችግር እንዳለብን አውቃለሁ - ከእውነታው ተለይቶ ማሰብ ይከብደናል።

ደራሲው ሲጽፍ፣ ሳይንቲስቱ ሲመራመር፣ የጥልቅ ሙዚቃ አቀነባባሪው ሙዚቃን ሲፈጥር ምናብ ውስጥ ገብቶ፣ ከእውነታው ተነጥሎ ሚዛናዊ መሆን አለበት - ካለበለዚያ ካለው እውነታ ጋር እየተንቦጫረቀ አዲስ ነገር መፍጠር ይሳነዋል።

ለኔ ያች ካልቾ፣ ጠንክሬ እንድጥር አድርጋኝ ራሴን መፈለግ እንድችል አገዘችኝ። ካለበለዚያ በሌለኝ የተፈጥሮ ክህሎት ስሚዘዝ ጊዜየን እጨርሰው ነበር።

መፈለግና መሆን ይለያያል። መፈለግና መሆን የአንድ ሳንቲም ሁለት ገጽታ ናቸው። መፈለግና መሆን መቻል ካልተገናኙ፣ ሌላ መፈለግ ከመሆን ጋር እስኪገኝ መኳተን አለብን።

ኒቼ የሚባለው ፈላስፋ አንድ ጊዜ የራሱ ፈረስ ጥሎት ወገቡን ሰበረው። ኒቼ ከወደቀበት እየተገጉተተ ሄዶ የፈረሱን አንገት ይዞ መታ መታ እያደረገ፤

“አትዘን! እኔም አንተን ብሆን ኖሮ ማንም ሰው ሁሌ እንዲጋልበኝ ስለማልፈቅድ እጥለዋለሁ - ያን ነው አንተም ያደረከው” አለው።

ፍቅረማርቆስ ደስታ

ጋሼ እንደመታኝ ካለችሎታው ተመዝግቦ ማድረግ የማይችለውን ሰው ልቀጣው እችላለሁ። ቁምነገሩ ውጣ ወረዱ ወይንም ቅጣቱ አይደለም፤ ቁም ነገሩ ሌላ ነው። ተሰጥዖ በሌለን መስክ ብዙ ጊዜ አለማባከኑ ነው!

እኔ - የእኔ

ታላቁ ገጣሚ ሆሜር ከክርስቶስ ልደት በፊት ትንፋሽ ቆራጭ፣ ልብ አንጠልጣይ ታሪክ ጽፏል። የመሪና የሠራዊትን መከባበር ለማሳየት፣ የአንገት በላይ ይቅርታን ቅጣት ለመግለጽና በቤተሰባዊ ግንኙነት ሳቢያ ስለሚመጣ እልቂትና ጥፋት ለሰው ልጅ የማይረሳ ታሪክ የሚሆን ጽፏል።

የትሮይ መኳንንት ከግሪክ ስፓርታዎች ጋር የነበረውን አለመግባባት በይቅርታ ለመፍታት ስፓርታ ይሄዳሉ። እርቁም ይፈጸማል፤ ይሁን እንጂ ከትሮይ ልዑካን አንዱ ስሜቱ ያሸነፈውና በውበት አድናቆት ወጥመድ ይያዛል፤ ያን ውበት ማድነቅ ብቻ ሳይሆን ለራሱ ለማድረግም ይወስናል።

በዚህ ምክንያት የግሪኩ የስፓርታ ንጉሥ ሜኑላውስ ሚስት የሆነችው ንግሥት ሄለን በትሮዩ መስፍን በፓሪስ ተጠለፈች። በመልስ ጉዞው ላይ ልዑካኑ የንግሥቲቱ ጠለፋ የሚያስከትለውን መራራ ግጭት ቢረዱም በአደረባቸው እብሪት ሳቢያ ንግሥት ሄለንን ለንጉሥ ሜኑላውስ ከመመለስ ይልቅ ወደ ትሮይ ይዘዋት ሄዱ።

ሜኑላውስ ሚስቱን ለማስመለስ የግሪክ አማልክትንና ወንድሙን እገዛ ጠይቆ ጦሩን አደራጅቶ ላከ።

የግሪክ ጦር ትሮይ አካባቢ ሲደርስ ከደሙ ንጹሕ የነበረው የትሮይ ሠራዊት የግንቡን ጦር ጠርቅሞ ዘግቶ፣ ጦሩን ሰብቆ እንደማይበገርላቸው ተረዱ። በግሪክ አማልክቶች የሚረዱት የግሪክ ጦር አዛገሮች ታዲያ ወደ አርባ የሚደርሱ አርበኞቻቸውን በእንጨት ፈረሶቹ ውስጥ ደብቀው 'የትሮይ ፈረስ' የሚባሉትን የእንጨት ፈረሶች ጥለው ወደ ኋላ አፈገፈጉ።

የትሮይ በዳዮች የግሪክ ጦር ማፈግፈጉን ከፍርሃትና ሽሽት ጋር በማያያዝ የእንጨት ፈረሱን ወደ ትሮይ ግቢ አስገቡ። ከዚያ በድሉ በመደሰት መብላት፣ መጠጣት፣ መፈንጠዝና አስረሽ ምችው ጦፈ።

ሌሊት ላይ የግሪክ አርበኞች ከእንጨት ፈረሱ ወጥተው ዘበኞቹን ገደሉ፤ በሩንም ከፍተው የግሪክ ጦርን ወደ ትሮይ ግቢ አስገቡ። ንጹሐን የትሮይ ሰዎች ሕይወት ተጨፈጨፈ፤ ከተማዋ በቁጥጥር ሥር ዋለች። በአርኪዎሎጅስቶች የቁፋሮ ጥናት ቱርክ የምትገኘው ትሮይ በገዛ መሪዎቿ ዕድፍ ጦስ ወደመች።

የሚያሳዝነው ግን ከትሮይ ጥፋት የሰው ልጅ መማር አልቻለም። መሪዎች ከኃላፊነታቸው በላይ ለስሜታቸው እየተገዙ፣ የራሳቸው ያልሆነውን በመቀማት፣ በቤተሰባዊ እብሪት በመታወር የሚያመጡት ጦስ በሁለት የዓለም ጦርነቶች ውስጥ አልፈን ይኸው ወደ ሦስተኛው ዓለም ጦርነት እያስገባን ነው።

ብዙ ምልክት አይተናል፤ ግን አልተማርንም። የግፈኞችን የመጨረሻ ሽንፈት እናውቃለን፤ ነገር ግን ግፍን ከመፈጸም አንታረምም። የይቅርታን ኃይል እናውቃለን፤ መተግበር ግን አልቻልንም። ሁለት ያለው አንዱን ይስጥ እንላለን፤ ሁለት ያለው ግን ሲያካፍል አናይም። ቀኝህን ሲመቱህ ግራህን ስጥ፤ ጠላትህን ውደድ . . . የእምነቶቻችን የማዕዘን ድንጋያት ናቸው፤ ግንቡን ማክበራችንን የሚያሳይ አስተዋፅኦ ግን የለንም።

ስለዚህ እምነታችን የሚፈለገውን የማድረግ አቅም አልሰጠንም፤ ፍቅራችን የጥቅም ድርድር ነው፤ ተስፋችን ቅዠት ነው!

'ተበደልን' ብለን የምናላዝነው በትክክለኛ ፈራጅ ፊት ብንቆምና 'በደል ያልፈጸመ በበደሉት ላይ ድንጋዩን ወርውሮ ወግሮ ይግደል' ብንባል ቆሞ የሚያቆይ በራስ መተማመን የሌለው ነው - ተብሎ እንዳነበብነው።

ሕይወታችን ብቅ ጥልቅ ነው፡፡ ጠላቂም፤ አጥላቂም ነን - እኛ ሰዎች፡፡

ወደ ራሳችን ስንመጣ ኢትዮጵያን አኬልዳማ ያደረግናት በጋራ ነው፡፡ ለመለወጥ ጦርነት ሳይሆን ዕውቀት ነው የሚያስፈልገው፡፡ እኛ ግን ውኃ በማያነሳ ምክንያት ከሀገራችን እድሜ እኩል በሆነ ጦርነት አልፈናል፡፡ ሀገራችንን ነፃ ለማውጣት ካደረግነው የጉንደት እና አድዋ ጦርነት ይልቅ 'ሕዝባችንን ነፃ ለማውጣት' በሚል እብሪት የለኮስነው ጦርነት ብዙ ሕይወት ጨርሷል፤ ንብረት፤ ቅርሳችንን አውድሟል፤ የድሃ - ድሃ አድርጎናል፡፡

እኛ የሚከብድ የታሪክ ቡልኮ የለበስን፤ በዓለም ጥቁሮች የነፃነት ቀንዲል የበራብን ሆነን እንሳል እንጂ በምዕራባውያን ምጽዋት የምንኖር፤ በጦር መሣሪያቸው የምንገዳደል፤ እግራቸው ሥር ወድቀን ፍትሕን የምንለምን ነን፡፡ የጥቁር ሕዝቦች መኩሪያና ማፈሪያ!

የክርስትናና የእስልምና፤ የአገር በቀልና የአይሁድ እምነቶች አገር እንዲህ ካለው የጦርነት አዙሪትና ጠኔ እንዴት መውጣት ተሳናት - እንቆቅልሽ አይደለም፤ ምክንያቱ ግብዝነት ነው፤ ስግብግብነት፤ እብሪት ነው፤ 'እኔ - የእኔ' ማለት!

69

ፍቅር በሜዳ ላይ

ካፒቴን ሰሎሞን በአገራችን ምናልባት የመጀመሪያ የግል የማጓጓዣ ኤሮፕላን ባለቤት ነው። እንደማስታውሰው ኤሮፕላኑ ከአየር መንገድ ዳሽ 3 ዘመናዊና ምቾት ያላት ነበረች። በዚያ ላይ ሰሎሞን ተጫዋችና መንገደኞችንም ነፃ የሚያደርግ 'ከፍትፍቱ ፊቱ' የሚባል ሰው ነው።

መንገደኞች ጥቂት ስንሆን ከእነዚያ ውስጥ ሁለቱ የፈረንሳይ የጦርነት ዘጋቢ ጋዜጠኞች ናቸው። የስምጥ ሸለቆን ውበት በስተምዕራብ አቅጣጫ እያየን በማጂ ተራራዎች አቅጣጫ በረን ኪቢሽ ከሚገኘው ከተመነጠረውና ወጣ ገባ መሬት ላይ ካፒቴን ሰሎሞን ኤሮፕላኑን እንደ ኳስ አስነጥሮ በሚደንቅ ሁኔታ አሳረፋት።

ኪቢሽ አየር ማረፊያ ላይ የሚያርፉት ጥቂት የሚስዮን ኤሮፕላኖችና የሰሎሞን ኤሮፕላን ብቻ ናቸው። ኤጀንት የለም፣ የመንገደኛ ቢሮ የለም፣ ኤሮፕላን ልታርፍ ስትል ሜዳ ውስጥ ያሉ ከብቶችና ሰዎች እንዲወጡ ፊሽካ የሚነፋ ግን አለ። ጉዟችን ያን በመሰለ አድቬንቸር ተጠናቆ ወረድን። ለሰሎሞን ግን ሁሌ የሚመላለስበት ሜዳ ነው - ኪቢሽ ኤርፖርት!

ሚስዮን ግቢው ከኤሮፕላኑ አጠገብ ስለሆነ ካፒቴን ሰሎሞን ተሰናብቶን ሻይ ቡና ሊል ወደ ካምፑ ሄደ። ከካፒቴን ሰሎሞን ጋር አብረን ስንጓዝ የመጀመሪያችን አይደለም።

ከዚያ በፊት በእኔ መጽሐፍ ላይ ተመስርቶ የተሠራውን 'ቢካሚንግ ኤ ማን ኢን አፍሪካ' ዶክመንተሪ ፊልም ስንሠራ ሁለት ጊዜ ቻርተር ኤሮፕላኑን ከጐኗ ካሜራ ለመደቀን የሚያስችለውን መስኮት

ተከፍቶ ቀረፃ አድርገናል። በኤርቦሬና ሐመር ሰንሰለታማ ተራሮች፣ በጨልቢ በርሃ፣ የኦሞ ወንዝን ተከትለን ማጎ ፓርክን አስገብተን በረናል። ሌላ ጊዜ ደግሞ ሐመሮች 'ለልጆቻችን ምስጋና' በሚል እኔና ድምፃዊ ንዋይ ደበበን ቻርተር ፕሌን ተከራይተው ሲጋብዙን ካፒቴን ሰሎሞን እስከ ቱርሚ ወስዶናል።

ከዚያ በተዘጋጁት መኪኖች እየተዘፈነና እየተደለቀ ወደ ዲመካ ስንሄድ ካፒቴን ሰሎሞንም ኤሮፕላኑን ቆላልፎ፣ ሁለት ጠባቂዎች አቁሞ አብሮን ሄዶ የተጣለውን ፊሪዳ ወጠሌ ጥብስ እየበላንና የማር ጠጃችንን እየጠጣን፣ በሐመር ንጹሕ ፍቅርና ልባዊ መስተንግዶ አብረን አሳልፈን ያኑ ቀን አብረን ወደ አዲስ አበባ ተመልሰናል።

ኪቢሽ የሱርማ ፖሊስ ጣቢያና የሱርማ የወረዳ ጽሕፈት ቤት የሚገኝባት የገጠር ከተማ ናት። ከሚስዮን ካምፑ ወደ ኪቢሽ ለመሄድ ሦስት ሰዓታት ይፈጃል - በእግር። በዚያ ላይ ቁልቁለትና አቀበቱ ውጣ-ውጣ ያሰኛል። በቆይታችን ገና ብዙ የእግር ጉዞ ማድረግ ነበረብን፤ ስለዚህ የሚበላ ስንቅ፣ የመኝታ ልብስ፣ ብርድልብስ፣ ባትሪ መያዝ ስላለብን ሸክማችን ከባድ ነበር።

ወደዚያ ጉዞ የሄድኩት ድል ያለ የጋብቻ ሠርጌን ባደረኩ በሦስተኛው ቀን ነው። ሐሙስ ቀለበት አደረግን፤ እሑድ ሠርጋችን ነበር፤ ሰኞ ካደርንበት የኢምፔሪያል ሆቴል ወደ መኖሪያ ቤታችን ሄድን፤ ማክሰኞ ሙሽራዬን ትቼ ዐይኔ በእንባዬ እየዋኘ ወደ ውጣ ውረዱ ሄድሁ።

ያ የሆነው ደግሞ አንደኛ ለእንግዶቹ የተመቻቸው ጊዜ ያ ስለነበር ነው፤ ሁለተኛ ደግሞ ኪሴን ባዶ ካደረገው የሠርግ ወጭ ለመውጣት ጠርቀም ያለ ገንዘብ ማግኘት ስለነበረብኝ ባለቤቴንና ቤተሰቧን ቢያሳዝናቸውም ከሚጐድልብን ወቀሳውን መሸከሙን መርጬ ቻለው ሆዴ ብዬ ጨክኜ ተጓዝሁ - የአባወራ ግዴታዬን ጥርሴን ነክሼ ለመፈጸም። ለእኔ ጉዞ ብርቄ አልነበረም፤ ያ ጉዞ ግን ፍጹም ፈታኝ ነበር - እስከመጨረሻዋ ሰዓት ለመወሰን የተቸገርኩበት።

እኔና እንግዶቹ ሙቀቱ እየለበለበን መጓዝ ጀመርን። ማቲው ፎቶግራፈር ነው፤ ሶፊ ደግሞ ዘጋቢ ናት። ሁለቱም በሥራቸው ምክንያት ካምቦዲያ፣ ሶሪያና ደቡብ ሱዳን አብረው ተጉዘው ዘግበዋል። እኔና እነሱን ያገናኘን ሌላው በእኔ መጽሐፍ ላይ ተመስርቶ በሱርማ ማህበረሰብ የዶንጋ ጨዋታ ላይ የተሰራው 'ብላክ ሳሞራይ' የሚለው ዶክመንተሪ ፊልም ነው።

ኪቢሽ ላይ ወታደሮቹ የሚኖሩበት ዛኒጋባ አምስት፣ ስድስት ጐጆ ቤቶች ከመኖራቸው ውጭ ሌላ የለም። እንደ ደረስን መስፍን የሚባለው የሱርማ ማህበረሰብ ቤት አጠገብ ድንኳናችንን ተከልንና ገላችንን ለመታጠብ ወደ ኪቢሽ ወንዝ ሄድን። መስፍን የሱርማ ስም አይደለም። ያሳደጉት የማጅ ወላጆቹ ያወጡለት ስም ነው።

የኪቢሽ ወንዝ ንጹሕና በጣም ቀዝቃዛ ነው። የሱርማን ማህበረሰብ የውኃ ፍላጐት እያረካ ተጉዞ ከኦሞ ወንዝ ጋር ተቀላቅሎ ወደ ቱርካና ሐይቅ ይፈሳል።

እኔና ማቲው ልብሳችንን አውልቀን ወደ ወንዙ ገባን - ልንታጠብ። ሶፊ በአካባቢው ሰዎች ስለነበሩ ግራ ተጋብታ ዳር ላይ ቆመች። ጂንስ ሱሪና ካኪ ሸሚዝ ለብሳ፣ ኮፍያ አድርጋለች።

ውኃው ውስጥ ተጋድሜ ራሴን ሳቀዘቅዝ አጠገቧ የነበሩ ሴትና ወንድ ሱርማዎች ይከራከራሉ። ወንዶቹ “ወንድ ነው” ይላሉ። ሴቶቹ ግን “ሴት ናት” ይላሉ። ሶፊ የሚባባሉት ስላልገባት ወደ እሷ እንድመጣ ጠራችኝ።

ጐረምሳና ልጃገረድ ሱርማዎች ላይ ታች ትክ ብለው እያዩ ክርክራቸውን አጦፉት።

“ምንድን ነው የሚባባሉት?”

“ሴት ናት ወንድ ብለው እየተከራከሩ ነው” አልኳት።

ፈገግ ብላ ክርክሩን ማየት ጀመረች። ከዚያ እሷን ትተው ወደ እኔ መጡና።

"ሴት ናት ወንድ?" አሉኝ።

ሶፊ የጠየቁኝ ስለገባት እንዳልነግራቸውና በራሳቸው መረዳት እንዲመልሱት ጠየቀችኝ።

ትንሽ እንደቆየን፣

"ትታይ" አሉ።

"አይሆንም! በጀሪካን ወደ ካምፕ የምትታጠቢበት ውኃ አስመጣልሽና እዚያ ትጣጠቢያለሽ እንሂድ" አልኳት።

ማቲውም ከወንዙ ወጥቶ ገላውን በፎጣ እያደራረቀ ነበር።

"ለምን እንሄዳለን?"

"መሄድ አለብን!"

"ለምን?"

"እንይ - እያሉ እኮ ነው" አልኳት።

"ይዩዋ!"

"እርግጠኛ ነሽ?" አልኩ ደንግጬ።

"አዎ!"

ሴቶቹ ማየት ስላልፈለጉ እየተጯጯሁና እየተሳሳቁ ሸሹ። አንድ ጐረምሳ ወደ ሶፊ ተጠጋ። እኔ ከው ብዬ ደንግጬ መናገር አቃተኝ። ቀኝ እጇን በእምብርቷ በኩል አንሸራቶ ነካትና፤

"ሴት ናት!" አለ።

የሱርማ ሴቶች ሳቅ እያዘቀዘቀች በመግባት ላይ ወደነበረችው የምሽት ጀምበር እንደ ርችት ሽቅብ ተረጨ።

ማታ ላይ ድንኳናችን አጠገብ ተቀምጠን ስንጫዋወት መስፍን ያን የነካትን ጐረምሳ አብሮ ይዞት መጥቶ ጨዋታው ቀጠለ። በመሐል መስፍን እየሳቀ፤

"ይሄ ጐረምሳ ጉድ አመጣ" አለኝ።

"የምን ጉድ?" አልሁት።

"ለአባቷ ጥሎሽ ጥዬ ላግባት እያለ ነው" አለኝ።

እኔና መስፍን ከት ብለን ስንስቅ ለካ ሶፊ ጆሮዋ ቆሞ ኖሯል። ወደ እኔና መስፍን ጠጋ ብላ፤

"የሳቃችሁበትን ልትነግሩኝ ትችላላችሁ?" አለችን።

መስፍንን "ልጁን ተቆጥተህ ከዚህ እንዲሄድ ንገረው" አልኩት። ሶፊ በመገረምና ግራ መጋባት ስታየኝ አየኋት፤ ጐረምሳው ተነስቶ ሄደ።

ሶፊ ስለ መስፍን እንድነግራት ጠየቀችኝ።

"መስፍን እስከ ስምንተኛ ክፍል የተማረ ሱርማ ነው። አሁን የዚህ ወረዳ አስተዳዳሪ እሱ ነው" አልኳት።

በመሐል መስፍን፣

“እሷ ስለኔ ጠየቀች፤ እኔም ስለ እሷ ማወቅ እፈልጋለሁ” አለኝ።

ለሶፊ ያለውን ነገርኳት። ስለ ራሷ ረዘም ያለ ነገር ነገረችኝ እንድነግረው። ከዚያ፣

“ለምን አያገባኝም?” አለች።

መልስ ልሰጣት ስል፤

“እሱን ጠይቀው እባክህ” አለችኝ። በቸልታ ያለችውን ለመስፍን ነገርኩት።

“የጥሎሽ ከብት ሰጥቼ አገባሻለሁ” አላት።

የነገሩ አዝማሚያ ስላላማረኝ፤

“እነሱ አይዋሹም፤ ሌላ ሰውም ይዋሻል ብለው አይገምቱም። ነገሩ ወደማያግባባ ሁኔታ ከመለወጡ በፊት ለመቀለድ ፈልገሽ እየተጫወትሽ መሆኑን ልንገረው” አልኳት።

የምትመልሰው ጠፋትና ዝም አለች።

በዚያ ክፍተት እኔ ተነሳሁና “ደህና እደሩ” ብዬ ወደ ድንኳኔ ገባሁ። እኔ ከሌለሁ ሊግባቡ እንደማይችሉ በመተማመን።

እንደገባሁ ጋደም ስል እንቅልፍ ወዲያው አሸለበኝ። ስነቃ የሶፊና የመስፍንን ድምፅ ሰማሁ። ማቲውም እንደ እኔ ድንኳኑ ውስጥ ነው።

በድንኳኑ ወንፊት ስመለከታቸው መስፍን 'የእንግሊዘኛ መፍቻ በአማርኛ' የሚል ትንሽዬ መጽሐፍ ከቤቱ አምጥቶ፤ 'እኔ' ለሚለው 'አይ'፣ 'ፍቅር' ለሚለው 'ላቭ' . . . የሚለውን ሲያሳያት፣ እሷም በእንግሊዘኛ ያየችውን ስታሳየው ከአርባ አምስት ደቂቃ በኋላ ተመልሼ ተኛሁ።

ስነቃ ሙሉ ፀሐይ ሰማዩ ላይ እየተንሳፈፈች፣ ከዋክብት እንደ አሸዋ ፈሰው ሲብለጨለጩ አየሁና ወጣ አልኩ ከድንኳኑ።

በጠራው የጨረቃ ብርሃን ሶፊና መስፍን ባልጩት ድንጋይ ላይ የተሰጣ ነጭ ነጠላ መስለው ተቃቅፈዋል።

ጠዋት ሶፊ ከድንኳኗ ሳትወጣ ተኝታ አረፈደች። መስፍን ግን እኔ ጋ መጣና፤

"ለአስቸኳይ ስብሰባ ታጣቂዎችን ይገፔ ቱም እንድሄድ በፖሊስ ራዲዮ ታዝገለሁና እንግዳህን ልሰናበታት" አለኝ።

ሶፊን ጠራኋት፤

"ትንሽ ጊዜ ስጠኝ" ብላ ከአስር ደቂቃ በኋላ ወጣች።

ብዙም ሳያሳስበኝ ሊሄድ እንደሆነ ስነግራት መጀመሪያ ዐይኗ ፈጠጠ፤ ከዚያ ዕንባዋ በመንታ በመንታ መውረድ ጀመረ።

"እንዲቀር ጠይቀው" አለችኝ።

እንደማይችል ላስረዳት አስቤ ነበር፤ ማምረሯን ስለተረዳሁ ግን፥

"ጉዞውን በሰበብ ልትሰርዝ ትችላለህ?" አልኩት።

" 'እሺ እመጣለሁ' ብያለሁ፤ ስለዚህ ልቀር አልችልም" አለ።

"ለአንድ ቀን ብቻስ ሊቆይ አይችልም?" አለችኝ።

በጣም አሳዘነችኝ። ምን እንደተፈጠረ ግራ ገባኝ።

"መሄድ አለብኝ፤ ያለን አንድ ፒካፕ መኪና ነው። አሁን ሁሉም የሚጠብቁት እኔን ነው ለመሄድ ተዘጋጅተው" አለ።

"ጥቂት ደቂቃ ብቻ ስጡኝ" ብላ ሶፊ ድንኳኗ ውስጥ ገባች።

ከድንኳኗ ስትወጣ ያኔም ዕንባዋ አልቆመም። በእጇ ዳጎስ ያለ የታሸገ ፖስታ ይዛለች።

"እዚህ ትንሹ ገንዘብ ስንት ነው?" አለችኝ።

"አምስት ሳንቲም" አልኳት።

"አምስት ሳንቲም አለህ ወይ ብለህ ጠይቅልኝ - እባክህ" አለችኝ።

ጠየኩት መስፍንን፤ ወደ ቤቱ ሮጦ ሄዶ አምስት ሳንቲም ይዞ መጣ።

"አምስት ሳንቲሙን እንደ ስጦታ ይስጠኝ" አለችኝ፤ ነገርኩት ለመስፍን።

እጁን አጣምሮ በአክብሮት ሰጣት። እሷም ዳጎስ ያለውን ፖስታ ሰጠችው። በዚህ መሐል ሾፌሩ ፒካፕ መኪናዋን አምጥቶ ከፊት ለፊት አቆማት።

እጆቿን ዘርግታ መስፍንን አቀፈችው፤ የሱርማው ጐረምሳ ብድግ አድርጐ አንጠለጠላት . . . የጠጣው ወተት፣ የዋጠው ማር፣ ዶንጋ የተጫወተበት ክንዱ እንዲመቻት አድርጐ!

ከዚያ መኪናው ጋቢና ገባ። መኪናዋ አቧራውን እያቦነነች ሽቅብ ወደ ሚስዮኖች ካምፕ ተሽከረከረች። መኪናዋን ሕፃናት እየተንጫጩ ተከተሏት። ሶፊም በቅጽበት የሺ አመት የፍቅር ትዝታ ሕሊናዋ ላይ ተሸክማ አብራ ከሕፃናቱ ጋር እየሮጠች አቧራው ውስጥ ሰጠመች።

እኔም የ 'ሰጠኝ ሰጠሁት' የፍቅር ሚዛንነት በአዲስ መልክ ተረዳሁ - የስጦታ ዋጋ መለኪያው መጠን ሳይሆን ከልብ የመነጨ ፍላጐት መሆኑን!

ዝሆን ላይ ያረፈች ዝንብ

በዓለማችን እጅግ ውስብስብ ተፈጥሮ ያለው ሰው ሕይወቱ በምንም መለኪያ 'ምንም' ሊሆን አይችልም። የሚመራበትም ሥርዓት አለው - ለምሳሌ እንደ DNA መሰላል።

ምንም ውስጥ እንዴት ሰማንያ ስድስት ቢሊዮን 'ኒሮን ሴል'፣ ሰማንያ አምስት ቢሊዮን ሌሎች ሴሎች ይኖራሉ? እንዴትስ ሁለት ነጥብ አምስት ሚሊዮን ጊጋባይት መጠን ያለው የሕሊና መጠን ('ካፓሲቲ') ይኖረዋል? - ሰው ምንም ከሆነ!

ነገሮች ሁሉ ከጥቂት ንጥረ ነገሮች የተሰሩ ናቸው፤ በሁሉም ነገር ውስጥ የማያቋርጥ እንቅስቃሴና ለውጥ አለ። ለውጡ የሚመራበትም ሥርዓትና ሕግ አለው።

ውብ ቀለማት ያላቸው ቢራቢሮዎች፣ በዝማሬ የተካኑት ንቦችና ሊቀስሟቸው የሚሽከረከሯቸው ደማም አበቦች . . . አንዱ የሚፈልገውን እንደ ቡፌ ምግብ ሌላው እንዲያገኝ በመላ አካሏ የደረደረችው ተፈጥሮ ምንም ሳትሆን እውነት ነች።

እውነት ከዛሬ ማዶና ከነገ ባሻገር አትኖርም። እውነት አሁን ውስጥ አለች፤ አሁን ደግሞ እውነት ናት፤ አሁን ውበት ናት፤ አሁን ሚዛን ናት! ሰው ሁሉም በልምዱና በዕውቀቱ ልክ ያስባል፤ ሐሳቡን ለማዳበር ያስባል፤ ማሰቡ መረዳቱን ይጨምርለታል።

የፍልስፍና ታሪክ እንደሚያረጋግጠው ፈላስፎች 'ኤፒስቲሞሎጂ' 'ሜታፊዝክስ'፣ 'ኤቲክስ'፣ 'ፖለቲካዊ ኢኮኖሚ' በሚሉ ጥናቶች ጥያቄዎቻቸውን ሲመልሱ ኖረዋል። በ18ኛው ክፍለ ዘመን የፈላስፎች

ጥያቄ ሲመጥቅ ከፍልስፍና ማሕፀን የተፈጥሮ ሳይንስ ተወለደ፤ በ19ኛው ክፍለ ዘመን ሳይኮሎጂ፤ በ20ኛው ክፍለ ዘመን ደግሞ ሶሲዮሎጂ ተከተለ። በ21ኛው ክፍለ ዘመን 'አርቲፊሻል ኢንተሊጀንስ' እና 'ኒሮሳይኮሎጂ' ዕውቀት መስፋፋት የመሠረት ድንጋይ ሆነ። ሳይንስ በዚህ መልኩ ማደጉንም ቀጥሏል።

'ቢግ ባንግ' በተባለው ፍንዳታ 'ዩኒቨርስ' የተባለው ዓለማችን ከ13.8 ቢሊዮን ዓመታት በፊት እንደተፈጠረ ሳይንሳዊ መረጃዎች ያመለክታሉ። ይህ ዩኒቨርስ 46 ቢሊዮን የብርሃን ዓመታት ርዝመትና ከ93 ቢሊዮን የብርሃን ዓመታት ወርድ አለው። የሚደንቀው ይህ ብቻ አይደለም፤ ይህ ግዙፍ ዩኒቨርስ አሁንም በሰከንድ 60.5 ኪሎሜትር በማደግ እየተለጠጠ ነው።

በዩኒቨርስ ወደ ሁለት ትሪልዮን የሚጠጉ ጋላክሲዎች ያሉ ሲሆን አርባ ቢሊዮን የሚሆኑ መሬትን የሚያካክሉ ፕላኔቶችንም ታቅፏል ዩኒቨርሳችን። ሳይንስ ስለ ዩኒቨርስ የሚያውቀው ከ4% አይበልጥም። ስለዚህ የምንኖረው ገና ባልተረዳነው ዓለም ውስጥ ነው።

ከዩኒቨርስ አንፃር በመጠን ዝሆን ላይ ያረፈች ዝንብ እንኳን ከማታክል ትንሽዬ የምታምር ሰማያዊ ፕላኔት - መሬት ላይ ሆነን ግን አንድ ሆነን በሰላምና በደስታ መኖር አለመቻላችን የሚገርም ነው።

በአህጉር፣ በአገር ተከፋፍለናል፤ በቀለም፣ በዘር ተለያይተናል። በራሷ ዛቢያና በፀሐይ ዙሪያ እየዞረች በግዙፍ ዩኒቨርስ ውስጥ የምትኖረው መሬት ላይ ብዙ መከፋፈልና ጦርነት እንዳለ ሌላ ጋ ሆነን ብናይ እንዴት እንደነቅ ይሆን?

የሰው ልጅ በብዙ ሃይማኖቶችም ያምናል፤ ብዙም የሃይማኖት ጦርነቶችን አድርጓል። ሰላምና መግባባት እንዲሰፍን ሕግ አውጥቷል፤ ዓለምአቀፍ የጋራ ድርጅቶችንም ፈጥሯል። ጉዞው ግን ከእሳት ወደ ረመጥ ነው። ሦስተኛው እና ምድርን ያወድማል የተባለለት የዓለም ጦርነት መጣሁ መጣሁ እያለ ነው።

አገራችን የክርስትና፣ የእስልምና፣ የአገር በቀልና የአይሁድ እምነቶች የሚገኙባት ናት። የጥቁር ሕዝቦች እንደ ቅድስት አገር የሚቆጥሯት፤ እኛ ውስጥ ያለው መጠላላትና ግጭት ግን ከሚያመልኳት አገራት ይበልጣል። ጥሩነትን በምግባር ማሳየት አልቻልንም።

ባለው ሁሉ አለን፤ የአለው ሁሉ የእኛ ነው፤ የግላችን የሆነ ወይም ሊሆን የሚችል ግን የለም - ካለ ፍቅር በስተቀር - በዚህች የጋራ በሆነች ዩኒቨርስ! ፈጣሪ ፍቅር ነው - ከፍቅር ውጭ ያለው ደግሞ ጠቢቡ ሰሎሞን እንዳለው ከንቱ ነው - አላፊና ጠፊ!

መማር አለማወቅን ማወቂያ ነው - ብስለትን፣ መረዳትን የሚጨምር። አለማወቅ ደግሞ የማወቅ ፍላጎት መሰላል ነው፤ ሰውን ከግብዝነቱና ከትምክህቱ የሚያወጣ።

ዕውቀት ገደብ የለውም፤ ስሜታዊ፣ ጾታዊና አእምሯዊ ብስለትን እየጨመረ የሚያሳድግ፣ ሚዛናዊነትንና እኩልነትን እያሰፈነ ሰውን ከራሱ፣ ሰውን ከተፈጥሮ ጋር የሚያቀራርብና የሚያዛምድ ነው።

ትንሽ ማሰብ የትንሽ ማወቅና 'በቃኝ' የማለት መለኪያ ነው - 'ትንሽ ዕውቀት አደጋ አለው' የሚባለውም ለዚህ ነው።

ከወንዝ በታች ሐይቅ አለ፤ ከሐይቅ በታች ውቅያኖስ አለ፤ ከውቅያኖስ በታች አለማወቅ አለ - ዲካ የሌለው! ዝቅ ስንል አዳዲስ ከፍታ ይታየናል!

ልጅ ሆኜ 'ፒ ኤች ዲ' የነበረው አጐቴ "ልትኮሩብኝ ይገባል" ይለን ነበር - ራሱን አምልኮ እኛንም በማስመለክ። የዕውቀት ቁንጮ ማወቅ ሳይሆን አለማወቅ መሆኑን ያወኩት ግን አሁን ነው - ማወቄን ባለማወቄ ስለካው!

ስንግ ውበት

የመጻፍ ሱስ የለብኝም፤ የመጻፍ ፍላጎቴ ሲነሳ ግን ብዕሬን አናፍጠዋለሁ። መርፌና ክር የመሆን ሱስ የለብኝም፤ ስፌት ካማረኝ ግን እንደ ፍየል ቀንድ አቁሜ እንደ አባያ ከብት እዋጋለሁ። የመደነስ ሱስ የለብኝም፤ ከነሸጠኝ ግን እንደ ቈጠማ እርገፈገፋለሁ . . .

ከሱስ ነፃ የመሆን ጥቅሙ ራስን መቆጣጠር እንጂ ማድረግ አለመፈለግ ወይንም ማድረግ አለመቻል አይደለም። 'አንዳንድ ጊዜ በዋልድባም ይዘፈናል' እንዲሉ አንድ ጊዜ ጥምቀት ሲከበር ከበሮ ሰማሁ፤ ነገር ግን አልነሸጠኝም። እስክስታ ሲወረድ አየሁ፤ ልቤን አልሰወረውም። ኤግዚቢሽን እንደሚያይ ሰው በሥነ ሥርዓት እጄን በኪሴ ከትቼ ስራመድ ነበር።

ድንገት ልቤን ቀጥ የምታደርግ ወጣት ከፊት ለፊቴ ሳይ ግን አቅሌን ሳትሁ፣ አመመኝ፣ አቅበዘበዘኝ። ዐይኔ እምቡጥ ሰውነቷ ላይ ተጣበቀ። ልቤ ደረቴን ጠርምሳ አየር ላይ የተንሳፈፈች መሰለኝ። መሄድም፣ መቆምም አቃተኝ። ማርከሻ ሳይደረግ የማይለቅ ውጋት ያዘኝ።

ቃሪያ ስንግ አምሮት አንስቶ ገምጦ መቃጠል እንደሚፈልግ ሰው፣ ያን የተሰነገ ውበት አፌ ውስጥ ከትቼ መኮረሻሸም፤ መቃጠል፤ ውኃ ውኃ ማለት ፈለግሁ። ስወድ በቃ ውኃ ውኃ የሚያሰኝ ውበት እፈልጋለሁ። ዐይኖቼ ሲያለቅሱ፤ የምይዘው፣ የምጨብጠው ሲጠፋኝ፣ እግሬ እየተምታታ ስደነቃቀፍ ደስ ይለኛል - አምሮት የሚቀሰቅስ ውበት፤ አምሮትን የሚያወጣ ቁንጅና፤ ነፍስን በሐሴት የሚያስፈነድቅ ሐሳብ ደስ ይለኛል። ለዕለት ሳይሆን ለዓመታት የሚዘገን ትዝታ የሚፈጥር ውበት ነፍሴ ነው።

ወደ ጽጌረዳ ጠረኗ እንደ ገመድ ተንጠላጥዬ ተጠጋኋት፤ ስጠጋት ውበቷ እንደ ኃይለኛ ብርሃን አጥበረበረኝ። ዐይኔን ጨፍኜ እጆቼን ወደ እሷ ዘረጋሁ።

ድንገት ያለምኋት፣ በቅጽበት የተመኘኋት ወጣት የልቤን ጩኸት እሷም በቅጽበት ሰማች። ስለ እሷ ውበት የተፈለቀቀው አካሌ ፍላፃው የሷንም ከፈተው።

እጅ ለእጅ ስንነካካ ሞገዱ ዘፈንና ድለቃውን አቀጣጠለው፤ ወደ ውስጥ ኡኡ ብዬ ጮኩ፤ እሷንም ወደ ውስጧ ስትጮህ ሰማኋት። ስንጉ ውበቷን መዓዛውን ከመሳብ አልፌ መብላት፣ ኩርሽምሽም አድርጌ መዋጥ ጀመርሁ።

ስሜቴ እውነት ነው፤ ርሃቤ የማልደብቀው ነው። የቅጽበት ርዝማኔ ምን ያህል ይሆን? ቅጽበት የጊዜ ሴል ነው። ዓመታት ብዙ ቅጽበቶች የሚፈጥሩት ጊዜ አካል ነው። በትንሿ ቅጽበት እውነት አለ፤ ሕይወት አለ። በቅጽበት ውበት ተፈጠረ፤ ውበት በቅጽበት የመፈላለግ ማዕበልን አስነሳ።

ባለ ስንግ ውበቷ ወጣት እና እኔ ልባችንን ተቀያየርን፤ ሳንባችንን ተለዋወጥን። የሷ ልብ እኔን ደም ለገሰኝ፤ የእኔ ሳምባ ለእሷ የምትተነፍሰው አየር ለገሳት።

አብረን ሆን - ለዓመታት ጂንካ ከባኮ ሰንሰለታማ ተራራ ሥር፤ ሲበቃን እሷ ቤተሰቧን፣ እኔ ደግሞ ለውጥን ስንፈልግ በቅጽበት ተለያየን። እየተፋቀርን ተለያየን፤ እያመሰገንኳት ራቅኋት።

ለዕለት ሳይሆን ለዓመታት የሚዘገን ትዝታ በቅጽበት ተፈጥሮ፣ በቅጽበት ተቀይሮ፣ ይኸው በቅጽበት ውስጥ ልቤ ላይ ለዘለዓለም ይኖራል!

ፍቅረማርቆስ ደስታ _____

ተመልካቹ ወፈ ሰማያት ግን ውስጣዊውን ትርኢት፣ ውስጣዊውን ግለት፣ የመጨረሻው የቅጽበት ውሳኔ ማየትና መረዳት አልቻለም፤ ምክንያቱም በፍቅር ውስጥ ያለውን መተዛዘንና ነፃነት መረዳት ከባድ ነው!

ዋቅ አልፔኖን

እኔና ሐብቴ በእግራችን ለበርካታ ኪሎሜትሮች ከቡስካ ተራራ እስከ ኦሞ ወንዝ ድረስ ለወራት ተጓዝን። የሐመር መንደሮችን ጐበኘን፤ ከብዙ ሽማግሌዎችና ወጣቶች ጋር አብረን እየበላን፣ እየጠጣን ተጫወትን።

በጉዞዬ ሁሌም ድንቅ የሚለኝ የሐመሮች ትዕግሥት ነው። ጫካ ውስጥ፣ መንደር አካባቢ፣ ኢቫንጋዲ ጭፈራ ላይ ሁሌ አንዱ ሌላውን ማስቀደም አለ። አንድ ዓይነት አለባበስ፣ አንድ ዓይነት የአጋጊያጥ ሥርዓት፣ አንድ ዓይነት አጨፋፈርና አዚያዜም ያላቸው ሐመሮች አንዱ ሌላውን ማየት፣ አንዱ ከሌላው ጋር በሥነ ሥርዓት መገናኘትና ማውራት፣ እርስ በርስ መከባበርና መናበብ ይችሉበታል።

ሐመር ውስጥ ውሸት የለም። ማንም ሐመር ሌላው ሐመር የሚነግረውን ካለ ጥርጣሬና ማመንታት ይቀበላል። ያየውን አየሁ፣ ያላየውን አላየሁም፣ የሰማውን ሰማሁ፣ ያልሰማውን አልሰማሁም ይላል። ሐመሮች የቀን ተቀን ሕይወታቸውን በቃል ልውውጥ ነው የሚያቀላጥፉት።

ያዩትን ላላየው መንገር ውዴታ ብቻ ሳይሆን ሞራላዊ ግዴታም ነው። የደከመው፣ የራበውና የጠማው እግሩ ወዳደረሰው ሐመር ቤት ጐራ ይላል። ካለ ይሉኝታና መሽቆጥቆጥ ይበላል ይጠጣል። ይህን ማድረግ እንደ ውለታም አይቆጠርም፤ "አብልቼው፣ አጠጥቼው፣ ቆርበት አንጥፌ አሳድሬው . . ." አይባልም። አንዱ ያለውን ለሌላው ማካፈል ሞራላዊ ግዴታ ነው። መቀበልና መስጠት ለሐመሮች አየር ወደ ሳንባ እንደማስገባትና ማስወጣት የህልውና ሂደት ነው።

በሐመር ስርቆት የለም፤ የእሱ ያልሆነ ነገር የሚወስድ የለም። ወድቆ የተገኘን እንስቶ ዛፍ ላይ ማንጠልጠል ሥርዓት ነው። የጠፋውን መልሶ ማግኘት ወግ ነው።

እርግጥ ነው ሐመሮች ከኛጋቶምና ከዳሰኖች ጋር ከብት ይዘራረፋሉ። መዝረፍም የሁሉም የኦሞ ሸለቆ ሕዝቦች የጀግንነት መለኪያ ነው - እርስ በርስ ግን አይታሰብም። ሌላው ሐመሮች ራሳቸውን 'ዋቅ አልፔኖን' ('የቢጫው ኮርማ አገር') ብለው ይጠራሉ - ልክ ኛጋቶሞች ራሳቸውን 'የቀይ ጠመንጃ ያዦች አገር' እንደሚሉት።

አንድ ጊዜ አንድ ጃፓናዊ እንግዳዬ ጋር ወደ ካሮ ስንሄድ መሸብንና ጫካ ውስጥ ካምፕ አደረግን። ጃፓናዊውን "ድንኳንህ ውስጥ ገብተህ ተኛ" ብዬ መከርኩት። ጌታዋን የተማመነች በግ ላቷን ከውጭ ታሳድራለች እንዲሉ በኔ ተማምኖ ከዋክብትን እያየና ንጹሕ አየሩን እየሳበ ከድንኳኑ አጠገብ ተኛ።

ሌሊት ላይ ቀሰቀሰኝ።

"ምነው?" አልሁት።

"የጀርባ ቦርሳዬ የለም" አለኝ።

"የት ነበር ያስቀመጥከው?" ያስቀመጠበትን አሳየኝ።

አብሮኝ ይጓዝ ከነበረው የሐመር ጓደኛዬ ጋር በሌሊት ያካባቢው ሽማግሌ ወደሚኖርበት መንደር ሄድን። ለሽማግሌው ስለ ጠፋብን ዕቃ ነግሬው ተመለስኩ። ስድብ፣ ትርፍ ቃል አልተናገርኩም።

ጠዋት ላይ ሻይ ስንጠጣ ሽማግሌው የተወሰደውን የጀርባ ቦርሳ ይዞልን መጣ። በመንገድ ሲያልፉ የነበሩት ጐረምሶች ናቸው የወሰዱት።

የወሰዱትን ከሐመር ንብረት ውጭ የሆነ ዕቃ ወስደው ለሽማግሌ ነው የሚሰጡት።

በሐመር ውስጥ ሕይወት ትርጉም አላት። አንዱ ሐመር የሌላው ሐመር አጋዥ እንጂ እንቅፋት መሆን የለበትም። ሐመር ውስጥ በጉልበት መመካት፣ በጉልበት ማጥቃት የለም። ሐመሮች እንደ ንብ ተባብረው ይቀስማሉ፤ እንደ ንብ ተባብረው ማር ያመርታሉ፤ እንደ ንብ ተባብረው ያዜማሉ፤ ይደንሳሉ . . . ይኖራሉ።

ማህበረሰቡን ለማዳን መሞት ሰማዕትነት ነው - የሚያኮራ! ይህ የጋራ የሆነ የአኗኗር ሥርዓት የሐመሮች የተለየ አኗኗር አይደለም፤ በማሳዮች፣ በዙሉዎች፣ በአቦርጂኖች . . . ተመሳሳይ ነው።

ይህ የሰው ልጆች ማራኪ የአኗኗር ሥርዓቱ ሲቀየር ተለወጠ፤ የነበረው መስተጋብርም ሚሸሸ። አዲሱ ሥርዓት አንዱ ለሌላው ማሰቡ ቀረና ሁሉም ለየራሱ በሚለው አኗኗር ዘይቤ ተተካ።

እኔነት እኛነትን ዋጠው - ትልቅ አሳ ትንሹን እንደሚሰለቅጠው። እኩል መሆን በመበላለጥ ተተካ፤ መሬት ማካበት፣ አንዱ የሌላውን ጉልበት መበዝበዝና መክበር ቀጠለ፤ ሐብታምና ድሃ፣ ጨቋኝና ተጨቋኝ መጣ!

የደቡብ ኦሞ ሕዝቦችን እሴት ገና መጻፍ አልተጀመረም። የተነካካው የምሽት ፀሐይ ውበት፣ እንደ ልጃገረድ ጡት የቆሙት ያልተጠቡ የሚመስሉት ተራሮች፣ እንደ ንግሥት መቀነት እየተጠማዘዙ ቁልቁል የሚፈሱት ወንዞች፣ እንደ ቤተክሲያን የደወል መረዋ ድምፅ ውስጥን የሚበረብረው የአዕዋፍ ዝማሬ፣ እንደ አረንጓዴ ስጋጃ የተነጠፉት የለመለሙና የተሽሞነሞኑ ባለቀለማት ዕፅዋት፣ እንደ ሐር ነዶ እየተገማሸረ የሚገለባበጠው ዳመና፣ ለቅሶውና ጋብቻው ገና ሰምተን አልጠገብናቸውም - ካፒታሊዝም ጥላውን ስላልጣለባቸው!

ትረፌ ያሳት ነፍስ

ሐመሮች የባህል ሕክምና አዋቂዎች ናቸው። አዳዲስ ከሚመጡ የጤና ችግሮች በቀር ለነባር የጤና ችግሮቻቸው መድኃኒት አላቸው።

ለቁስል፣ ለእብጠት፣ ለቁርጠት፣ ለቁርጥማት . . . ፍቱን የሆነ መድኃኒት አለ።

አሊብዬ ፈረንሳዊ ጓደኛዬ ነው፤ ተፈጥሮንና የደቡብ ኦሞ ሕዝቦችን ባህል የሚወድ። በሙያው ሐኪም ነው። አዲስ አበባ ውስጥ በሕክምና ሙያ ያገለግላል። ከአመት አንዴ ከእኔ ጋር ሐመርና አካባቢው ይቆያል።

አንድ ጊዜ ሙቀቱ ተንቀለቀለና መኪና ውስጥ መቀመጥና መጓዝ አቃተን፤ እንደ መፍትሔ ከስኬ ወንዝ ዳር ከቱርሚ ወደ ሃያ ኪሎሜትር ርቀን ዛፍ ሥር አሸዋውን ደልድለን ተኛን።

አሸዋ ላይ መተኛት አሁን ባለው የሳይንስ ጥናት ውጤት እጅግ ከፍተኛ ፈውስ እንደሚያመጣ ይታመናል።

ሌላው ሁሌ ድንቅ የሚለኝ ነገር ቀስ በቀስም ቢሆን ሳይንሳዊ መረጃዎች የባህላዊ ሕይወትን የሚደግፉ መረጃዎች ሳያቋርጡ ማውጣታቸው ነው።

ከእንቅልፌ እንደሾህ የሚወጋ የሕመም ስሜት ሲሰማኝ ብንን ብዬ ተነሳሁ። ከአጠገቤ እባቡ አሸዋ ላይ እየተሰበቀ ሲሄድ አየሁት።

የነደፈኝ የግራ እግሬን መሐል አገዳ ነው። አሊቪዬን ቀስቅሼ እየተርበተበትኩ "እባብ ነደፈኝ" አልሁት። አሊቪዬ ሸሚዙን ቀዶ ከጉልበቴ ዝቅ ብሎና ጭኔ ላይ አሰረልኝ።

ላቤ ሙቅ ውኃ እንደደፉበት ሰው እየተንዶቀዶቀ ቁልቁል ፈሰሰ። የለብስሁት ካኔተራ ከገላዬ ወዲያው ተጣበቀ። አሊቪዬ የሕክምና ባለሙያ ነው - የሕክምና ሳጥኑ ግን መኪና ውስጥ ነው። መኪናችንን ያቆምነው ደግሞ ራቅ አርገን ስለነበር ጥሎኝ እንዲሄድ አልፈለኩም። በፍርሃት ሰውነቴ እየተንገራገጨ ነው። ጭንቅ፣ ጥብብ አለኝ። 'ለካ እንደ ክሊዮፓትራ እባብ ነድፎኝ ነው የምሞተው!' ብዬ ስለራሴ አዘንሁ።

ሕልሜን ሳልተገብረው፣ የሕይወት ግቤ ላይ ሳልደርስ መሞት አልፈለግሁም። ስፈራ ቋንቋዬ የእናቴ ቋንቋ ሆነ፤ እንግሊዘኛው ጠፋኝ።

> "እግዚአብሔር ሆይ! አሁን ለመሞት አልፈልግም! አሁን መሞት የለብኝም! ምንም ሳልሠራ፣ የአሰብሁትን ሳልፈጽም፣ ገና መንገድ ከመጀመሬ - ጌታ ሆይ መሞት አልፈልግም!" አልሁት።

አሊቭዬ ድምፄን ይሰማል እንጂ አይረዳም። የሚያደርገው ጠፍቶት ሲንቆራጠጥ ድምፅ ሰማሁ - አፋፍ ላይ፤ ሐመሮች ናቸው።

"ጥራቸው" አልሁት።

እጁን እያውለበለበ ተጣራ - እሱም በቋንቋው በፈረንሳይኛ። ቁልቁለቱን እየተንደረደሩ መጡ።

"አድኑኝ! እባብ ነደፈኝ" አልኳቸው።

አንዱ ሰንጢውን አውጥቶ አብጦ የጠቀረውን በሹሉ ቁልቁል በጣው። ላቤ ዐይኔን ሸፈነው፤ ከንፈሬ ደረቀ፤ ልሳኔ ሊዘጋ ተቃረበ።

የተበጣውን በአፋቸው እየመጠጡ ተፉት። የእባብ መርዝ ከደም ጋር ካልተቀላቀለ አለመጉዳቱን በኋላ ነው ያወቅሁት። ወደ ወንዙ የሄደው በፀሐይ የጋለ ባልጩት ድንጋዮች ይዞ መጥቶ የተበጣው ላይ በየተራ አስቀመጠልኝ።

ከዚያ ተረጋግተው ቁጭ አሉና ማውራት ጀመሩ። አሊብዬ በፍርሃትና ሐዘን ዐይኖቼን ያያል።

ሰውነቴ ዛለ፤ ደከመኝ፤ ግራ እግሬ ደነዘዘና ማንቀሳቀስ ተሳነኝ። ለራሴ አለቀስሁ፤ ለራሴ አዘንሁለት። 'እንቅልፍ ከወሰደኝ በዚያው ልሞት እችላለሁ' ብዬ ላለመተኛት ታገልኩ።

ከተወሰነ ሰዓት በኋላ ድብን ብዬ ከተኛሁበት ነቃሁ። ሐመሮች ያወራሉ፤ አሊብዬ በጀርባው ተንጋሎ ሰማዩን ያያል።

ጀንበር እያዘቀዘቀች ነው። ሰማዩ በቀለማት እንደ ልማዱ አሸብርቋል። በለጋነቴ ጊዜ እኔ ስሞት ፀሐይ የምትጨልም፣ ጨረቃ የማትወጣ፣ ከዋክብት የሚረግፉ ይመስለኝ ነበር።

ከእንቅልፌ ነቃሁ እንጂ ሳልነቃ የሚለወጥ እንደሌለ እያሰብሁ ዐይኖቼን ገለጥሁ። የሚጠዘጥዝ ስሜት ቢሰማኝም የግራ እግሬን ጣቶች ግን ማንቀሳቀስ ቻልሁ።

ሐመሮች ሕይወቴን ታደጓት!

ሐመሮች የሰው ለሰው ብቻ ሳይሆን ለከብቶቻቸውም መድኃኒት አላቸው። የንጥረ ነገር እጥረትን የከብቶችን ዐይንና ፀጉር አቋቋም አይተው ያውቁታል። ጨው ያነሳቸውን ከብቶች በልበ ሙሉነት ከመንጋው ነጥለው ይዘው ጨው ለማላስ ወደ ጨልቢ በርሃ ይወስዷቸዋል። በጥንት ጊዜ ጨልቢ ትልቅ ሐይቅ እንደነበረ ሰምቻለሁ፤ አሁን ግን ከተራራ ሥር ካሉ ምንጮች በስተቀር ሰፊ የውኃ ምልክት የሌለበት በርሃ ነው።

ቅጠል በጥሰው፣ ሥር ነቅለው፣ ቀብተው ወይንም ግተው ከብቶችን ያድናሉ። እግሩ የተሰበረውን አሽተውና ጠግነው ወደ ነበረበት ይመልሳሉ።

ሐመሮች ቅጠሎችን ተመልክተው፣ ሰማዩን አስተውለው፣ ወደ ጐጇቸው የሚመጡትን ጉንዳኖችን አይተው የአየሩን ሁናቴ ይተነብያሉ። ጉንዳኖች ወደ ቤታቸው ከመጡ አህያ የማይችለው ዝናብ ለመምጣቱ ምልክት ነው። የቅጠሎች ቅርፅ ለዝናም መምጣትና አለመምጣት ዓይነተኛ ምልክት ነው።

ሐመሮች አካባቢያቸውን ሙሉ በሙሉ የሚቆጣጠሩ ጠቢቦች ናቸው። በእሳት ያልበሰለ ምግብ አይበሉም፤ የከሰል ቁርጥራጮች የሌለበት ወተትም አይጠጡም። ዳንሳቸው ዝላይ፣ ሰውነትን ማጠማዘዝና ሙሉ በሙሉ የሚያንቀሳቅስ ነው። በቀን በቀን ከ10 እስከ 20 ኪሎሜትር ይጓዛሉ።

ለሁለት ሦስት ሰዓታት በጥሞና ውስጥ ሆነው ይቀመጣሉ! በቂና ሰላማዊ እንቅልፍ ይተኛሉ። ለውኃ ጥም በብዛት ሸፍሮ ቡና ይጠጣሉ፤ ቀጭን፣ ብዙ ካፊን የሌለበት የቡና ገለባ!

ሰውነታቸውን መቀባት ሌላው የቆዳን ጤንነት መጠበቂያ ነው። የተለያየ ቀለማት ያላቸው አፈሮች በእጣን፣ በውኃና በቅቤ አላቁጠው ይቀባሉ። ያ ቅባት ሰውነታቸውን ከፀሐይ ቃጠሎ ይከላከላል፤ ዝንብና ነፍሳት እንዳይረብሿቸውና እንዳይነድፏቸው ያረጋል፤ የቆዳ ላይ ቀዳዳዎችን ይከፍታል፤ ያለሰልሳል።

ማንነት በሐመር

አባ ፔትሮ የካቶሊክ ቄስ ናቸው። 'ካሚኖ' ለሚል መጽሔት በዓለም ዙሪያ እየሄዱ ፎቶግራፍ ያነሳሉ፤ ሉሲያ ደግሞ የሥነጽሑፍ ባለሙያና ከእንግሊዘኛ ወደ ጣሊያንኛ የምትመልስ ተርጓሚ ናት። አባ ፔትሮ በዝያን ወቅት ዕድሜያቸው በስልሳዎቹ መጨረሻ፣ ሉሲያ ደግሞ ሃምሳኛው አጋማሽ አካባቢ የነበረች ናት።

አባ ፔትሮ በጣም የተረጋጉ ናቸው። ከመኝታችን ስንነሳ ቀናችንን የምንጀምረው ፎጣሪያችንን በማሰብ ነው። ከዚያ ፀሐይ ከመውጣቷ በፊት ወደምወስዳቸው አካባቢ እንሄዳለን። ፕሮፌሽናል ፎቶ የማንሻ ሰዓቶች በጣም ውስን ናቸው፤ አባ ፔትሮ ከጠዋቱ 12 ሰዓት እስከ 1፡30፣ ከሰዓት ደግሞ ከ11 ሰዓት እስከ 12፡30 ያለውን ጊዜ ብቻ ነው የሚጠቀሙት።

በመሐሉ አባ ፔትሮ በአርምሞ ፀሐይ ይሞቃሉ፤ ካሜራዎቻቸውን ይነካካሉ፤ ምግብ ያበስላሉ፤ ለግማሽ ሰዓት ሸለብ ያደርጋሉ፤ ያነባሉ። ግርማ ሞገሳቸው የጸጥታ ሽቶ የተርከፈከፈበት ዝምተኛ ናቸው። ጣልያኖች እንደሚታወቁበት እየተወራጩ የሚያወሩ፣ የሚቅበጠበጡ አይደሉም።

ሉሲያ ግን እንደሴት አናብስት አንድ ቦታ ተረጋግታ መቀመጥ የማትችል፣ ስታወራ አዳራሽ ውስጥ የምታወራ የምትመስል፣ ከምታደንቀው የምትተቸው የሚበዛ፣ በዚያ ላይ ደግሞ እሳት ላይ ባዶውን እንደተቀመጠ ብረድስት በንዴት ግላ ፍም እሳት የምትሆን ናት።

ደግነቱ አባ ፔትሮ እንደ አንበሳ ተገማሽረው ከሚቀመጡበት ሆነው በማልሰማው ጣልያንኛ በአክብሮት አንድ ቃል ሲያሰሙ በአንዴ ሌላ ሴት ትሆናለች።

እኔ የባህል ባለሙያ ነው የሥራ ድርሻዬ። ለሉሲያ በእንግሊዘኛ ቋንቋ የጻፍኳቸውን ጽሑፎች እሰጣታለሁ። ሥራ ላይ ደግሞ ከማህበረሰብ ሽማግሌዎችና መሪዎች ጋር ያወራነውን አብራርቼ እነግራታለሁ። የእሷ ሥራ የጻፍሁትንና የምናገረውን በጣሊያንኛ መጻፍ ነው። በሙያዋ ደግሞ ብቃት ያላት ናት።

አንድ ግዜ ቤተሰቦቼ ከሚኖሩበት ሻንቆ መንደር ከወላጆቼ ጓሮ ካለው ክፍት ቦታ ማረፊያችንን አዘጋጀን። ጠዋትና ማታ ትኩስ ወተት እንደታለበ ይመጣልናል። የጫካ ማር ከሰፈፉ እየገመስን እንበላለን፤ በየሳምንቱ ግልገል ጠቦት ፍየል ይታረድልናል።

አባቴ በርቲ ደግሞ ራቅ ብሎ በርኮቶው ላይ ቁጭ ብሎ ካሊያም ቆርበት ላይ ጋደም ብሎ ወደ ድንኳናችን ገብተን እስከንተኛ ማታ ማታ ይጠብቀናል።

አንድ ቀን ታዲያ አባቴን ጥያቄ ልጠይቀው ፈልጌ ሄጄ አጠገቡ ተቀመጥሁና፤

"የኔ እንግዶች ነጮች ናቸው፤ ስታያቸው ምን ይሰማሃል?" አልኩት።

በርቲ ትክ ብሎ እያየኝ መልስ አልሰጠኝም። ጥያቄዬ አልገባውም እንዳልል 'ምን አልከኝ?' አላለኝም። በዚያ ላይ ዝምታውና አስተያየቱ እንዳልገባው ሳይሆን እንዳልጣመው የሚያሳብቅ ነው። ሁለተኛ ጥያቄዬ ራሱ ጥያቄ ሆኖ መቅረቡ በራሱ አሳፋሪ ነው።

ሐመሮች ስለ ቀለም ልዩነት የሚያውቁት ነገር የለም። የነጭ የበላይነትንም አያውቁም፤ ጥቁሮች በጥቁርነታቸው የከፈሉትን ሥቃይም እንዲሁ። ጥያቄዬ ከኔ ለኔ የሚጠየቅ እንጂ ከእኔ ለእሱ የሚቀርብ አልነበረም፡፡

አፈርሁ፤ ከልቤም አዘንሁ።

ረጅም ፀጥታ በመሐላችን ተንሰራፍቶ ቆየ። ለእኔ ፀጥታው አስጨናቂ ነበር፤ ለበርቲ ግን የጥሞና ጊዜ ሆነለት። አባትና እናቴ ማረፊያችን ያደረግነውን ቤት ከሠሩት ሦስት ዓመት አይሞላቸውም።።

በፊት ሌላ መንደር ነበር የሚኖሩት፤ ከዚያ የሁለት ዓመት ልጃቸው ወባ ይዞት ሞተ። ሬሳውን ለሌሎች ልጆች አላሳዩም። ምክንያቱም ልጆች ሬሳ ሲያዩ ጤነኛ የነበሩት ይታመማሉ ተብሎ ስለሚታመን። ከቀብሩ በኋላ ልጅ የሞተበትን መንደር ትተው እዚህ አዲስ ጐጆ ሰሩ።

ከሦስት ቀናት በኋላ በርቲ እንደሚፈልገኝ ነገረኝ። እሽታዬን ገለጽኩለት።

"ከብቶችን አይተን እንምጣ" አለኝ።

ከላሹን እኔ አነገትሁት፤ እየሳቀ፣

"መተኮስ ላስተምርህ፤ ከዚያ አውሬ ገለህ እኔና እናትህን የአውሬ ሥጋ አብላን፤ ወንድም እህቶችህንም አጥግባቸው" አለኝ።

በእርግጥ ከሐመር ጐረምሶች ጋር ለአደን ከአንድም ሦስት ጊዜ ሄጃለሁ። ጐረምሶቹ የመጻፍያ ብዕሬን ያነሱና፣

"የማይጮህ፣ የማይገለው የጽቅሬ ክላሽ" ብለው ይሳሳቃሉ።

"እሽ አባቴ! እኔ ለመማር ስዘጋጅ እነግርሃለሁ" አልሁት።

"ለመተንፈስ ጊዜ ትሰጣለህ? - አትሰጥም። ተኩስ ለመማርም ጠላት እስኪመጣ ቆሞ አይጠበቅም። የአባትህ ጠላት ኛንጋቶም፣

ሙርሲ፣ ቦረና አለ። እነሱ ደግሞ ተናግረው አይመጡም፤ ጠላት ተናግሮ ይመጣል? ተዘጋጅ ይላል?"

"አይልም! ትንሽ ጊዜ ብቻ ጠብቀኝ" አልሁት።

ከትከት ብሎ ሳቀብኝ፤

"የሐመር ልጃገረዶች ይንቁሃል፤ መናቅ ጥሩ ነው?" አለኝ - በምፀት።

"አይደለም!"

"መልስህ ጥሩ ነው፤ ማድረግ ለምን ይከብድሃል?"

እኔ ደግሞ በተራዬ ሳቅሁ። ልክ ልኬን ነገረኝ፤ አስባለሁ እንጂ ማድረግ ላይ ዳተኛ ነኝ። አቦሸማኔ የጣለውን ግዳይ ጅብ ሲመጣበት ጥሎለት እንደሚሄደው ዳተኝነት ብቻ ሳይሆን መጋፈጥም አልደፍርም። ምናልባት 'ዘጠኝ ጊዜ ለካ አንድ ጊዜ ቁረጥ' ዓይነቱ ምክር ስለሚጐትተኝ ወይንም ኃላፊነት ስሜት ስለሚሰማኝ ሊሆን ይችላል። በዚህ ባሕሪዬ ምክንያት ግን ብዙ ነገር አጥቻለሁ።

ሳናስበው ከብቶቻችን አጠገብ ደረስን። ትንሹ ጵቅሬ የቤልጅም ስሪት የሆነ አልቢን ጠመንጃ ይዞ ቁጥቋጦ ውስጥ ተደብቆ ከብቶችን እየጠበቀ ነበር። እናቴ ዳራ እርጉዝ ሁና ነው የተገናኘነው፤ ስለዚህ ሲወለድ ስሙ በእኔ ተሰየመ። እኛን ሲያይ ከቁጥቋጦው ወጥቶ "ነጋያ!" አለን። ዳራ ስጠው ያለችኝን የኩርኩፋ ጭብጦ ከነሾርቃው ሰጠሁት።

በርቲ ጉብታው ላይ በርኮቶው ላይ ተቀመጠ፤ ጼሮው ላይ የሰካው ነጭ የሰጐን ላባ በንፋሱ ኃይል እንደ ባንዲራ ይውለበለባል።

"ና እዚህ አጠገቤ ቁጭ በል" አለኝ።

ሄጄ በርኮቶዬ ላይ ቁጭ አልሁ። ከብቶቹ ፊታቸውን ወደ ምዕራብ አዙረው ሣራቸውን እየሸረማመዱ ቁልቁል ወደ አሞ ወንዝ አቅጣጫ ይንቀሳቀሳሉ።

ቅርፏ የሐመር ጀምበር ፊታችን ላይ ብርሃኗን ፈነጠቀችብን። የሚሳሙት የሐመር ተራሮች እንደ ልጃገረድ ጡት ፍም እሳት መስለው አሞጥሙጠዋል።

“እነዚህ የማን ከብቶች ናቸው?” አለኝ በርቲ - በጽሞና።

“የአንተ ከብቶች ናቸው” አልሁት።

“ያ ቦቃው የማነው?”

“የአንተ።”

“ቀንዳሙ ቀይ ወይፈንስ?”

“ያንተ።”

“ጥቁርና ነጭ ላሚስ - የማናት?”

“የአንተ።”

“ጥሩ! ጥሩ! ከነዚህ ከብቶቼ ውስጥ በመልኩ የኔ ያልሆነ አለ?”

“የለም!” አልሁት፣ ምክንያታዊ የምሳሌ አካሄዱ ፍንትው ብሎ እየታየኝ።

“ከነዚህ ከብቶች ውስጥ በቀለሙ ከብትስ ያልሆነ አለ?”

“የለም!”

“ጥሩ! በመልኩ የኔ ያልሆነ ከብት ከሌለ፤ በመልኩ መለየት ከብት መሆን ያልቻለ ከሌለ አንተ 'ስለነዚህ ነጮች ምን ታስባለህ?' ለምን አልከኝ? በመልኩ ቀለም ሰው የማይሆን አለ? አንተ ልጄ ከሆንህ የአንተ እንግዶች በቀለማቸው ከአንተ ለምን ይለያሉ?”

አባቴ መውጫ በሌለው ጥያቄ ላዩ ላይ በረት ሠራብኝ። የተሳሳተ ጥያቄ ይገዘ፣ በተሳሳተ መንገድ የአባቴን ንጹሕ አእምሮ ለቀናትም ቢሆን ግራ አጋባሁት።

አንዳንድ ጊዜ ጐበዝ የቅርጫት ኳስ ተጫዋቾች በቄንጥ ኳስ እያነጠሩ፣ ሰውነታቸውን እያጠማዘዙ ወደ ቦርዱ ይጠጉና ወርውረው ነጥብ ከማስቆጠር ይልቅ ኳሷን እያነጠሩ በመመለስ ልፋታቸውን ውጤት አልባ እንደሚያደርጉት አድርጌ ራሴን ገመትሁ። ቢያንስ የምናገረውንና የምጠይቀውን መጠንቀቅ እንዳለብኝ በማሰብ!

* * *

ወደ ድንኳናችን በአግራሞት ተሞልቼ ስመለስ ሉሲያን ሐመሮች ከበዋት ደረስሁ። በቋንቋ ልዩነት አልተግባቡም። እነሱ ሊያጫውቷት ይሞክራሉ፤ እሷ ደግሞ ጨዋታቸው በመሰላት ትተረጉማለች።

ስታየኝ እሳት ጐርሳ ወደ እኔ መጣች። አባ ፔትሮ ፀሐይዋ ስትጠልቅ በካሜራቸው ራቅ ብለው እያነሱ ነው።

“አንተ ስለ ሐመሮች የምትነግረኝ ጥሩ ጥሩ ነገር ብቻ ነው። እነሱ ጋር ስሆን ግን መግባቢያቸው ልመና ነው፤ ሰዓቴን፣ ልብሴን፣

ፀጉሬን ሳይቀር ስጭኝ ይሉኛል። ስለዚህ ለማኝ ናቸው ከማለት ውጭ ሌላ መጻፍ አልፈልግም” አለችኝ።

“የሐመር ባህል አንዱ ከሌላው ጋር አንድ ሆኖ የሚኖርበት ነው። ወንዶች የሚያገለድሙት ሳዳጐራ፣ የሚያጌጡበት የጨሌ አሠራር፣ የሚቀመጡበት በርኮቶ፣ የሚሰሩት የፀጉር አሠራር፤ ሴቶች የሚለብሱት ከፍየል ቆዳ የሚሰራ አይዚ፣ ፀጉራቸውን የሚያስውቡበት እጣን፣ ቅቤና የአሰሌ አፈር አንድ ዓይነት ነው። እነሱ ዘንድ የሌለ ነገር ካዩ ይጠይቃሉ፤ እንግዳውም እሱ የሌለውን ፍየል፣ ማር፣ ከብት . . . ሊጠይቃቸው ይችላል። በሐመር ቅሚያ የለም። ማንም ሐመር ግን የሌለውን ከሌላው ይጠይቃል። ይህ ባህል ነው። ይህ ባህል ደግሞ የአኗኗር ዘይቤያቸው በከብት ርቢ፣ በማር ቆረጣ፣ የግጦሽ መሬት ፍለጋ ከቦታ ቦታ በሚዘዋወሩ ሁሉ የተለመደ ነው” አልኳት።

እንደተበሳጨች ናት። የመለስሁላትን በጥሞና አላዳመጠችም። ስለዚህ፣

“አምኜህ ነበር፤ በራሴ መንገድ ያረጋገጥኩት ግን ልመና ባህላቸው መሆኑን ነው” አለችኝ።

ትዕግሥቴ አለቀ። 'ለማኝ አንች ነሽ!' ብዬ ጥያት ወደ ድንኳኔ ልገባ ስል እናቴን ዳራን አየኋት።

ሉሲያም ድንኳኗ ውስጥ ገባች። ዳራ በንግግራችን ማዘኗ ያስታውቃል። ድንኳኔ ውስጥ ገብቼ ጋደም ስል፤

“ጽቅሬ!” አለችኝ ዳራ።

“አቤት!” አልኳት።

ድንኳኔ ውስጥ ገብታ ቁጭ እያለች - እናቴ።

“የምትሉት ባይገባኝም እንግዳዋን በማስቀየምህ ጥፋተኛው አንተ ነህ! እነዚህ የአንተ እንግዶች የእኛም እንግዶች ናቸው። እንግዳ ደግሞ አያጠፋም! እንግዳ አይሳሳትም! እንግዳ ሁልጊዜ ልክ ነው - ምክንያቱም እንግዳ ነው፤ የራሱ የሆነ ሌላ ባሕሪ አለው!” ብላ ወተት የያዘውን ዶላ ካስቀመጠችበት አነሳችው።

“በሐመር ባህል እንግዳ አያጠፋም። ስለዚህ ያጠፋኸው አንተ ነህ ፀቡን አታሳድረው፤ ተነስና ወተት አንድ ላይ ጠጡ ከእንግዳዋ ጋር” አለችኝ።

እናቴ ስለ እንግዳ ያላት አመለካከት ፍጹም ሰምቼው አላውቅም። ስለዚህ፤

“እሽ ዳራ” ብዬ ወደ ሉስያ ድንኳን ሄድሁ።

ለሉሲያ ዳራ የነገረችኝን በሙሉ ነገርኳት፤ ከዚያ በትሕትና ይቅርታ ጠየቅኋት። እሷም ጥፋቱ የኔ ነው ብላ ተጸጸተች። ሁላችንም በደስታ ተላቀስን።

ዳራ ፊት በርከክ ብለን በሐመር ባህል ደንብ የቆዳ መከደኛ ወተቱን ቀድተን ጉንጭ ለጉንጭ ተነካከተን በአንድ እቃ አንድ ላይ ጠጣን። ዳራ ሳቀች እጇን እያጨበጨበች።

በሐመር ባህል ይቅር ተባባልን - እኔና ሉሲያ!

እንግዳ ክቡር ነው! - እንግዳ አይሳሳትም!

የሚጠቅሙ እንቅፋቶች

"ጋሽ መሐመድ - ብዙዬ ለመጀመሪያ ጊዜ ስታይህ ጥርስህን ነው የወደደችልህ?" አልኩት፤ እግረ መንገዴን የጥርሱን ማማር ለመግለጽ ፈልጌ።

ከሰውነቱ በሙሉ የሚታየውና የሚስበው ጥርሱ ነው።

"ብዙነሽ በቀለ ድምፀ መረዋ ናት! መድረክ ላይ ስትወጣና ውዝዋዜ ስትጨምርበት ደግሞ ዐይንህ እያየ እንደ እምቡጥ ጽጌረዳ ፍንድቅድቅ ብላ ትፈካለች። ያን ኪናዊ ተሰጥዖዋን ስለምወደው አከብራት ነበር። አንድ ቀን ባጋጣሚ አጠገቧ እያለሁ ውኃ ጠማት። ሮጬ ሄጄ ውኃ ይዤላት መጣሁና ልታመሰግነኝ ስትል፤ 'ብዙዬ ስለማደንቅሽ እባክሽ ሁልጊዜ እዘዥኝ' አልኳት። ከዚያ አብረን መኖር ስንጀምር ማድነቄ ፍቅር ሆኖ በቀለ" አለኝ።

ጋሽ መሐመድ እድሪስ እና እኔ ሐመር ነው የተገናኘነው። ስብእናው የሚገርም ሰው ነው። መውደድ ይችልበታል፤ ሰውን በሰውነቱ በማክበር የተካነ ነው - ከማይቀየር ፈገግታ ጋር።

የባልዳምቤ ልጅ አወቀ ወደ ወላጆቹ ቤት ይዞኝ ሄደ። ግቢው በቢቢሲ ፊልም ቡድን ተሞልቷል።

"ጂን የኬምስትሪ አስተማሪዬን ተዋወቂው" አላት አንትሮፖለጂስቷን ጂን ላይዳልን።

ከዚያ ቁምጣ ለብሶ፣ ጭራ ይዞ ወደ ቆመውና በጎች፣ ፍየሎችና ከብቶች ወደ በረታቸው ሲገቡ በማታ ጀምበር ቡርትካናዊ ብርሃን ውስጥ እያየ ወደ ተደመመው ሰው ጋር አወቀ ወስዶ አስተዋወቀኝ።

ማታ እኔና ጋሽ መሐመድ በተነጠፈልን ቆርበት ላይ ተቀምጠን፣ ልጃገረዷ ያፈላችውን ሽፍሮ ቡና እየጠጣን ጨዋታችንን መኮምኮም ላይ ሳለን ባልዳምቤ መጣ።

“እንግዳው!” አለኝ - እኔን።

“የልጁ እንግዳ - እንግዳዬ ነው። ዛሬ የአባትህን ሰማይ፣ በሰማዩ ላይ ሆጨጭ ያሉትን ከዋከብት እያየህ፣ ኩርኩፋህን እየበላህ፣ ትኩስ ወተትህን እየጠጣህ፣ ሽፍሮህን እየበላህ፣ አባትህ ቆርበት ላይ ተኛ። ነገ ግን ፀሐይ ወድቃ ስትነሳ ካንተ የቀደሙት እንግዶች ስላልፈቀዱ ሂድ - ጨርሻለሁ” ብሎ ፐስስ ብሎ መርቆኝ ሄደ።

ግልጽ ሰው ነው፤ ለእሱ እንግዳ ሁሉ ክብር አለው። እንግዶች ከተስማሙ ማስተናገዱ አይከብደውም። አለመግባባት በእንግዶች መካከል የሚፈጠር ከሆነ ግን በፊት የመጣው እንግዳ ቃል ይሰማል። ስለዚህ ባልዳምቤ የእኔን እዚያ መቆየት አለመፈለግ የእንግዶቹ አስተባባሪ ስትነግረው በግልጽ መጥቶ ነገረኝ።

ጋሽ መሐመድም እንደዚያ ሊሆን እንደሚችል ቀደም ብሎ አስቦ እንደነበር ነገረኝ። ስለዚህ ወደ ጨዋታችን ተመለስን።

“የሕይወት ጥሪህ ምንድን ነው?” አለኝ።

“በነገርህ ላይ ለእንግዳ ቅን ባሕሪ የማሳየት ባህል ማየቴ እስካሁን አስገርሞኛል” አልሁት።

"አንተም ጥሩውን ማየት በመምረጥህ እኔን ደግሞ ገርሞኛል። 'ሂድ' ስትባል የሚከፋህ መስሎኝ ነበር፤ እኔም ቢያንስ አንድ ተጨማሪ ቀን እንድትቆይ ሰበብ እየፈለግሁ ነበር። አንተ ግን በጉሙ ላይ የማተኮር ምርጫ እንዳለህ አሁን ገባኝ" ብሎ ሳቀ - ጥርሱ ጨለምለም ብሎ እንኳን ይታያል።

"ጋሽ መሐመድ የጀመርነውን ንባብ ወዲያው እንደ ጀመርን አንጨርሰውም፤ ጊዜ ይወስዳል አይደል። እኔም የመጣሁበትን ጉዳይ ጀመርሁት፤ ወደ ሐመሮች መንደር መጣሁ፤ ለአንድ ቀን ምሽት ትርጉም ያለው የክብር መስተንግዶ አገኘሁ፤ አዲሳባ ቢሆን እጁን ለመጨበጥ እንኳን ከማልደፍረው ካንተ ጋር ቁጭ ብዩ ይኸው እያወራሁ ነው . . . እስኪ እየው በአንዴ ስንትና ስንት ገጽ ገለጥሁ" አልሁት ከልቤ።

"የኔ ወንድም አንድ ነገር ላረጋግጥልህ፤ ካለ ወቀሳ ከጀመርህ ርቀህ ትሄዳለህ፤ ቀልቤ የሚነግረኝ የሕይወት ጥሪህ የጥበብ ሰው እንደሆንህ ነው" አለኝ።

"ወደማላውቀው የተሻለ አቅጣጫ መሄድ ነው ፍላጎቴ - ጋሼ። ጥሪዬ ፍቅርን መስማት ሳይሆን ለመኖር ነው፤ መልካምነትን ለማንበብ ሳይሆን የራሴ ለማድረግ ነው። የምፈልገውን ሳላውቅ በወላጆቼና በመምህራን መሪነት አሁን ያለሁበት ድረስ ደረስሁ። አሁን አውላላ ሜዳ ላይ ብቻዬን እንደሆንሁ ነው የሚሰማኝ። ከተፈጥሮ ጋር መገናኘትና መግባባት እፈልጋለሁ፤ እርካታ፣ ደስታን እሻለሁ" አልሁት።

ጋሽ መሐመድ ዝም ብሎ ሲያስተውለኝ ቆየ።

ዝምታው ከንግግሩ በላይ ፍንትው ብሎ ይገባል። ውስጡ የሆነ የተቀየረ ነገር እንዳለ ገመትሁ። ዝምታው ተመቸኝ፤ ዝምታው አመራመረኝ።

"ጆርጅ በርናርድ ሾው የተጠየቀውንና የመለሰውን አስታወስከኝ" ብሎ እንደገና ዝም አለ።

ቀና ብሎ ከዋከብቱን አቅፎ የያዘውን ጥቁር ሰማይ አየው። እያዜመች የምትፈጭ ሐመር ሴት ድምፅ፣ የከብቶች ቃጭልና እንቅስቃሴ - ትንፋሻቸው ሳይቀር ከርቀት ይሰማል። የሆነ እንደ ረቂቅ ሙዚቃ ብዙ ድምፆች ተባብረው የሚያወጡት ድንቅ ሙዚቃ እንደ ፏፏቴ አንድ ላይ ይፈሳል።

"በርናርድ ሾው ለመሞት በሚያጣጥርበት ወቅት ጥያቄ ጠየቁት፤ 'እንደገና ኑር ብትባል ሕይወትህ ምን ሊመስል ይችላል?' አሉት። በግድ አየር ስቦ፤ 'መኖር የምፈልገው መሆን ፈልጌ መሆን ያልቻልሁትን መኖር ነው' አላቸው። አየህ ብዙዎቻችን መሆን በምንፈልገው መንገድ አልሄድንም፤ መኖር የምንፈልገውን ሕይወትም አልኖርንም። ምክንያቱም ብዙ ኬላ አለ፤ ሕብረተሰቡ የገነባው አጥር አለ፤ እንደ እግር ብረት ያሰረንም እምነት አለ" አለ።

የጋሼ መሐመድ ሳቅ በአንጄ ቀነሰብኝ፤ የጥፋትነት ስሜት ተሰማኝ።

"እኔ አንተ አሁን የምታስበውን ትናንትም፣ ዛሬም አስበዋለሁ። ችግሬ ትክክለኛውን ጊዜ መምረጥ ላይ ነበር። ነገ ስል ነገን ነገ እየተካው ነጐደ። አንተ ግን አሁን ጀመርኸው" አለኝ።

"ጋሽ መሐመድ ጉዞ መጀመሬን አሁን አንተ ነገርኸኝ፤ አየህ ለምን በመንገዴ እንደመጣህ አሁን ገባኝ። እንድነቃና እንድጓዝ፣ ከምደርስበት የጀመርሁትን እንድገነዘብና እንድወድ አደረከኝ" አልሁት።

"የሚጠቅሙህን እንቅፋቶች ምረጥ! ደህና እደር" አለኝና ጋሽ መሐመድ ጥሎኝ ሄደ።

አጨራረሱ እንደ ጥሩ መጽሐፍ ልብ ይሰቅላል። እንደ ጥሩ ፊልም ጨዋታችን የት ላይ መቆም እንዳለበት ወስኖ አቆመው።

የሚጠቅሙህን እንቅፋቶች ምረጥ ያላት በሕሊናዬ ላይ ተጽፋ እስከ ዛሬ አልጠፋችም።

* * *

ከዚያ በኋላ ጋሽ መሐመድ የመጀመሪያ መጽሐፌን በጉጉት አነበበልኝ። መጽሐፌ እንዲታተም አብሮኝ ተንከራተተ። በተለይ አንድ ጊዜ የሆነው የሚጠቅም እንቅፋት አይረሳኝም።

አዲሳባ ብሔራዊ ትያትር አካባቢ አንድ መጻሕፍት ቤት ወሰደኝና ባለቤቱ ስላልነበረ ሁለት ሦስቴ ተመላልሰን በመጨረሻ አገኘነው።

"ይህ ወጣት የጻፈውን ግሩም መጽሐፍ አንብቤለታለሁ። አንባቢ ይወደዋል፤ እባክህ አሳትምለት?" አለው።

"ጋሽ መሐመድ አከብርሃለሁ - ታውቃለህ - አንተ ወንድሜም ስማ። ገንዘቤን ለመጽሐፍ ማሳተሚያ ከማወጣ ባሕር ላይ ብበትነው ይሻላል" አለ ሰውዬው - በምሬት።

ጋሽ መሐመድ መልስ አልሰጠውም - በትሕትና ሰላም ብሎት ሄደ። እኔንም እጄን ጠበቅ አድርጐ ይዞ እየወዘወዘ ዕንባውን እንዳላይበት ጥሎኝ ሄደ።

ስፍሰፍ ብዬ ትንሽ አለቀስሁ፤ የሚያባብላችሁ ሰው አጠገባችሁ ከሌለ ግን ኀዘናችሁን ትውጧታላችሁ - እና ኀዘኔን ዋጥ አደረኳት።

"በቃ ከአሁን በኋላ ምሕረት የለሽ ሐያሲ ሥራዬን እንዲያይልኝ አድርጌ ሕይወት ራሷ ወደምትመራኝ አቅጣጫ ከዚያ በኋላ እሄዳለሁ" ብዬ ወደ ስድስት ኪሎ ዩኒቨርስቲ ሄድሁ።

ስለ ረዳት ፕሮፌሰር ዘሪሁን አስፋው የሥነ ጽሑፍ ብልት አውጭነት ሰምቻለሁ፤ ጋሽ ዘሪሁን 'የኔ ተሰጥኦ ስሕተትን ፈልፍሎ ማግኘት ነው' ብሎ የተናገረውን ጭምር። ችሎታዬን ከእንደዚህ ዓይነቱ ሰው አንደበት መስማት ነበረብኝ። ሐሳቤን እንዳልቀይር በመስጋቴ እየጠየቅሁ ወደ ጋሽ ዘሪሁን ቢሮ ሄድሁ፤ በሩን ሳንኳኳ "ይግቡ!" የሚል ድምፅ ሰማሁ። ጋሽ ዘሪሁን አያውቀኝም፤ እኔ ግን አውቀዋለሁ።

"አረፍ በል! ምን ልታዘዝ?" አለኝ፤ መነፅሩን ሽቅብ ገፋ አድርጎ። ጥያቄው የማክበር ሳይሆን የመሰላቸት ቃና አላት።

"የጻፍሁትን ረቂቅ እንድታይልኝ ነበር" አልሁት።

ሌሎች እንደ እሱ ዓይነት መምህሮች ዘንድ ሄጄ በዚያ መልክ ባናግራቸው እንዴት እንደሚያመናጭቁኝ አሰቡት። ጋሽ ዘሪሁን ግን ትዕግሥትን የታደለ ሰው ነው።

"አይ! ብችል ደስ ይለኝ ነበር። ያ የተማሪዎች የቤት ሥራ ነው፤ ያ ደግሞ የአራት ዓመት ተማሪዎች የመመረቂያ ጽሑፍ ነው፤ እዚህ የድኅረ ምረቃ ወረቀት አለ። በጭራሽ አልችልም፤ ሌላ ሰው ፈልግ" አለኝ።

ብሶት የወለደው ዕንባዬ በመንታ እየገነፈለ በራሱ ኃይል ቁልቁል ተንዶለዶለ።

ጋሽ ዘሪሁን ደነገጠ።

"እንዴ! - እሺ እቀበልሃለሁ፤ ግን እንዳታስቸኩለኝ" አለኝ።

የደራሽ ዕንባ ጒርፌን እያመሰገንሁ በእሽታ ጒንበስ ብዬ ወጣሁ! - ወደ አራት ኪሎ የአክስቴ ልጅ ሙሉ ቤት ዘንድ።

በነጋታው ሙሉ፥

"ፍቅሩ ጒረቤት ስልክ ይፈልግሃል" አለችኝ።

ከዚያ በፊት ማንም በስልክ ፈልጎኝ አያውቅም። ስልኩን የሰጠሁት ለጋሽ ዘሪሁን ብቻ ነው። በድንጋጤ ወደ እህቴ ጒረቤቶች ቤት ሄድኩ።

"ሃሎ!" ስል፤

"ሃሎ ዘሪሁን ነኝ!" ሲል ስልኩን በቁሜ ለቀቅሁት።

አእምሮዬ ጋሽ ዘሪሁን ትንሽ አንብቦ 'ጊዜዬ መቀለጃ አደረከው አይደል! ናና ቅራቅንቦህን ውሰድ' ሊለኝ የደወለ ነው የመሰለኝ።

ስልኩን ሲወዛወዝ ያዩት ባለቤቶች፤

"አንሳና አናግርበት እንጂ" አሉኝ።

ጋሽ ዘሪሁን ቢሮው እንድመጣ ሰዓቱን ነግሮኝ ስልኩ ተዘጋ። ሙሉ ደንግጣ፤

"ማነው? ምንድን ነው?" አለችኝ።

"ከዩኒቨርስቲ ነው። ትናንት ማኒስክሪፕቱን የሰጠሁት መምህር ነው የጠራኝ" አልኳት።

"ይህ ታዲያ ያስደነግጣል?" አለችኝ።

"ጽሑፌን መልሶ ሊሰጠኝ መሰለኝ"

"እንብቦት?"

"ስላልወደደው መሰለኝ" አልኳት አእምሮዬ ካለምንም ፍንጭ በፈጠረው እውነት።

"አይዞህ በቃ እግዚአብሔር ያውቃል!" አለችኝ።

ወደ ጋሽ ዘሪሁን ቢሮ ስሄድ እንደቀውስ ከራሴ ጋር እያወራሁ ነው። አንዴ የሚያስፈራ ሐሳብ እፈጥራለሁ፤ አንዴ ደግሞ ወኔ ቀስቃሽ መፈክር ቢጤ አሰማለሁ። በተለይ ቢሮው ፊት ለፊት ስደርስ ግድግዳውን እየታከኩ ቀዝቃዛው ሲሚንቶ ላይ ዝርፍጥ አልሁ፤ መዳፌ ላብ በላብ ሆነ።

በመጨረሻ በደመነፍስ ወደ ጋሽ ዘሪሁን ቢሮ ለመግባት አንኳኳሁ። በሩን ከፍቼ ስገባ ጋሽ ዘሪሁን ከመቀመጫው ተነስቶ በፈገግታ ተቀበለኝ።

"ምን ጉድ ነው?" አልሁ ለራሴ - በቀስታ። 'ይኸ ሰውዬ እየሳቀ የሚበሳጭ ሰው መሆን አለበት' አልሁ ቢጨንቀኝ።

"ለቅሶህ ስላሳዘነኝ ወደ ቤት ረቂቅህን ይዤው ሄጄ ራት እስኪቀርብ ማንበብ ጀመርሁ። ራት ቀረበ፤ 'አትጠብቁኝ የኔን ድርሻ አስቀምጡልኝ' ብዬ ማንበብ ቀጠልሁ። ከሌሊቱ ፲፩ ሰዓት ጨረስኩት። ይህ አስተያየቴ ነው - ከፈለግህ ከመጽሐፉ ጀርባ ልታደርገው ትችላለህ" አለኝ።

የሚለውን ማመን አቃተኝ። በአንድ ጊዜ ዓለም ተቀየረች። የመድረኩ መብራት በራ፣ ሙዚቃው ተጀመረ፣ እንደገና በደስታ አለቀስሁ።

"አሁን ታዲያ ምን ልታደርግ አሰብህ?" አለኝ።

"ምንም! ማሳተም ከባድ ነው። አሁን ግን በጣም ደስተኛ ነኝ - መጻፍ መቻሌ በአንተ ተረጋግጧል" አልሁት።

"ይህ ሥራህ የሥነ ጽሑፍ ሥራ ብቻ አይደለም፤ የምርምርም ሥራ ነው። ስለዚህ የኢትዮጵያ ጥናትና ምርምር ተቋም የጥናት ምርምሮችን መርጦ የመሸለሚያ ውድድር አዘጋጅቷል ለዚያ አቅርበው" አለኝ።

"ጋሽ ዘሪሁን አሁን ደስተኛ ነኝ በቃ፤ የምፈልገውን አንተ ነግረኸኛል፤ ከአሁን በኋላ ወደመጣሁበት መመለስ አለብኝ" አልሁት።

"እኔ የጻፍሁትን አስተያየት ከላይ አድርገህ ለፕሮፌሰር ባሕሩ ዘውዴ አሁኑኑ ወስደህ ስጠው - ከዚህ እንደወጣህ" አለኝ በትእዛዝ መልክ።

እውነትም ፕሮፌሰር ባሕሩ የጋሽ ዘሪሁንን አስተያየት አይቶ "እናየዋለን" ብሎ ተቀበለኝ፤ በሦስተኛው ቀን እሱም ደውሎ፤

"ሥራህ ለውድድር እንዲቀርብ ወስነናል፤ የአሰሌ ጦርነት ያልከው ጊዜው ትክክል አይመስለኝም፤ እስኪ አረጋግጥ" አለኝ።

ልክ በአንድ ወሩ በኢትዮጵያ ጥናትና ምርምር የተዘጋጀውን ውድድር ማሸነፌ በጽሑፍ ተነግሮኝ ሁለት ሺ ዶላር ተቀብዬ መጽሐፌ ለመታተም በቃ! - በሚጠቅሙ እንቅፋቶች ምክንያት!

* * *

በሁለተኛው ቀን ሙሉን አስቸግሬ የመሳፈሪያ ትኬት ቆርጬ በለሊት መርካቶ አውቶቡስ ተራ ሄድሁ። አውቶብስ ተራው በሰው

ተጨናንቋል፤ ጥቁር ጢስ አካባቢውን ሸፍኖታል። በዚያ ትርምስ መሐል በአውቶብሱ የጐን ቁጥር ፈልጌ እኛን ይዞን ከሚጓዘው ስደርስ መንገደኛው ገና እየተሰለፈ ደረስሁ።

የሆነች ዝንጥ ያለች ልጅ ግፊውን ስለጠላች በሁኔታዬ በራሷ መስፈርት መርጣ ቀጥ ብላ መጥታ፤

"እባክህ ለእኔም ደህና ቦታ ያዝልኝ" አለችኝ።

"እሺ!" አልኳት፤ በደምብ ያየኋት እሽታዬን ከገለጽኩላት በኋላ ነው።

የአውቶቡሱ በር ሊከፈት አካባቢ ሰልፉ እንደ መጫኛ ረዘመ፤ ግፊውም በዛ። ከእኔ በፊት አምስት ሰው ብቻ ስለነበር ለልጅቷ ጥሩ ቦታ እንደምይዝላት እርግጠኛ ሆንሁ።

በሩ ተከፈተ!

እንደ ሕፃን ልጅ እያንጠለጠሉ ወደ ኋላ ወስደው የኋለኛው ጐማ ያለበት ወንበር ላይ አደረሱኝና የኋላ ጐማው ካለበት ቦታ ያዝሁኝ። ከተረጋጋ በኋላ ልጅቷ በፊተኛው በር ኮራ ብላ ገባች። በዐይኗ እኔን እየፈለገች ወደ ኋላ ስትመጣ በሳቅ ፍርስ አለች።

"ከፊት ስትጠበቅ ምን እግር ጣለህ ከኋላ?" አለችኝ።

"እንጃ! ትዝ የሚለኝ በአየር ላይ ተሸከመውኝ ሲሄዱ ብቻ ነው። ከዚያ እዚህ ላይ አወረዱኝ" አልኳት።

"ለዚህ፣ ለዚህማ ሳትጋፋ ከእኔ ጋር መግባት ትችል ነበርኮ በኋላው በር!" ብላ እንደገና ተሳሳቅን።

"ባልበላ አንጀትህ - አቅም አነሰህ አይደል" ብላ አሾፈችብኝ። ጐማው እንደኳስ ቢያነጥረንም ስንሳሳቅና ስንጫወት ዝዋይ ደረስን።

"ምሳ ዝዋይ ነው እዚህ! 45 ደቂቃ ብቻ!" ረዳቱ ማስታወቂያውን ለፈፈ።

እኔ ኪሴ ጥቂት ሳንቲሞች ብቻ ናቸው ያሉት። ተስፋ የማደርገው አርባምንጭ የማውቀው ሰው ካገኘሁ እበደራለሁ ብዬ ነው። በዚያ ላይ ደስተኛ ነኝ የመጣው ቢመጣ!

ስለዚህ ልጅቱ ዘወር ስትል ጠብቄ ወርጄ በአውቶቢሶች በስተኋላ ከግቢው ወጣሁና አንድ ወደል ሸልጦ በ25 ሳንቲም ገዝቼ ወደ ሆቴሉ ጀርባ ሄጄ ድንጋይ ላይ ቁጭ አልሁ - ጃኬቴን ራሴ ላይ አድርጌ።

ከዚያ ሸልጦዬን ልገምጥ አፌን ስከፍት ጃኬቴ ወደላይ ተገለበ፤ ቀና ስል ልጅቷ ነች።

"ምን ዓይነት ሰው ነህ!" አለችኝ፤ በጣም አዝና።

"እንዴት አንተን ፍለጋ እንደዞርሁ ታቃለህ?"

"ይቅርታ!" አልኳት።

አንዴ እኔን ቀጥላ ሸልጦዬን እያየች፤

"ለምን ግን?" አለችኝ።

"ወንድ ነኝ! አብረን ከሆን እኔ ምሳ መጋበዝ አለበኝ። እኔ ደግሞ ገንዘብ አልያዝሁም!" አልኳት።

"ገንዘብ ባትይዝ አሪፍ ቦታ ይዘሃልኮ - በል ተነስ እኔ ጋ ገንዘብ አለ፤ ወንድን ብቻ ጋባዥ ያረገው ማነው? በዚያ ላይ 'ዴት' አላደረከኝ ምን አስጨነቀህ?" ብላ ተያይዘን ወደ ሆቴሉ ምግብ ቤት ገባን።

ከዚያ በኋላ ጨዋታችን ደራ።

አውቶብሳችን ከምሽቱ ሁለት ሰዓት አርባምንጭ - ሴቻ ደርሶ ቆመ። እህቷ፣ በብዙ ወንዶች ተከባ እየጠበቀቻት ነው።

ከአውቶብሱ ስንወርድ ተመልሼ እንዳልጠፋ እጄን ያዘችኝ፤ እህቷና አብረው የነበሩት በእኔ መኖር ግራ ተጋቡ።

"ማነው?" ተባለች።

ለእህቷ በጆሮዋ የሆነ ነገር አንሾካሾከቻት።

ተያይዘን እህቷ ተከራይታ ወደምትኖርበት ሆቴል ሄድን። ወዲያው የሆቴል ክፍል ተያዘልኝና ገላዬን ተጣጥቤ ለልጅቷ የተዘጋጀውን ዶሮ ወጥና ክትፎ እየበላሁ፣ ቢራዬን እየጠጣሁ ተዝናናሁ። 'ከአዲሲቱ' ልጅ ጋር ለመተዋወቅ ሲቋምጡ የዋሉት ወንዶች እያኮረፉ ወጥተው ሄዱ።

ሳናቀው ለካ ተግባብተን ኖሯል - ሌላ ሦስት ቀን አብረን ቆየን - የጋሽ መሐመድ የሚጠቅሙ እንቅፋቶች ፍሬ ማፍራታቸውን ቀጠሉ!

ፍቅረማርቆስ ደስታ _____

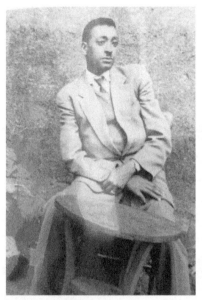

አባቴ ደስታ የሻነው (ኢይያ)

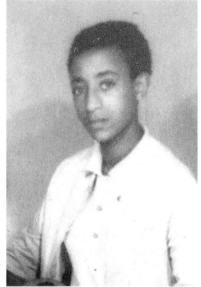

ፍቅረማርቆስ

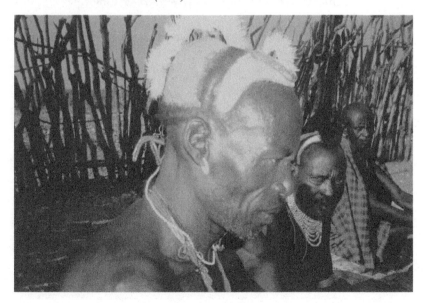

አባቴ ጀግናው በርቲ ከአጕቶቹ ጋር - ሐመር

እህቶቼ፣ ኮቶ፣ ወንድሜ ጽቅሬና የአጐቶቼ ልጆች - ሐመር

ከቡስካ በስተጀርባ ተጓዦች ጋር - ከስኬ ወንዞ ሐመር

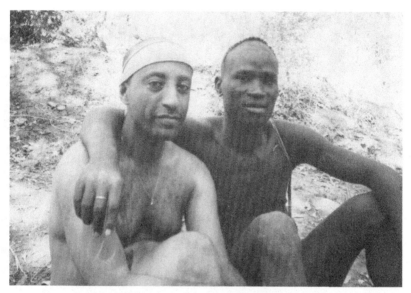

እኔና ብሎጊዳንጌ - ሙርሲ ኦሞ ወንዝ ዳር

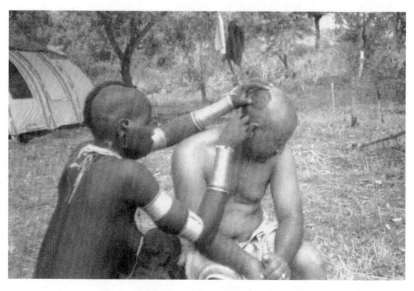

ኑጉኛና እኔ - ሪግያ መንደር ሱርማ ኪቢሽ

ፍቅረማርቆስ ደስታ

ለኢቫንጋዲ ጭፈራ ተውበው የመጡት የመንደራችን ልጃገረዶች - ሐመር

የኢቫንጋዲ ጭፈራ

የሚሰም ተራራ

ወንድሜ ዘውዱና እኔ - አዲስ አበባ

ንባብ በጫካ መጻሕፍት ቤት - ሱርማና ኛንጋቶም ድምበር

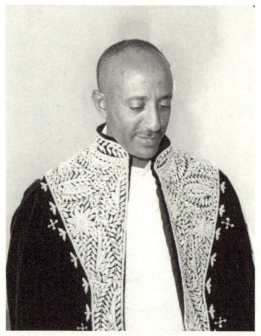

ፍቅረማርቆስ

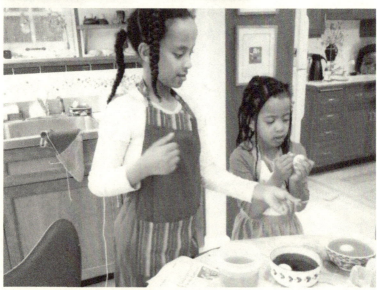

ልጆቼ ሩት እና ኢድላዊት - ቦስተን

እኔ፣ ኦሊቪዬ፣ ኮሌ፣ ክርስቲያን እና ካፒቴን ሰሎሞን - ሙሩሌ አየር ማረፊያ ካሮ

ፊልም ቀረፃ በባሎን - ሱርማ ኮምራት መንደር

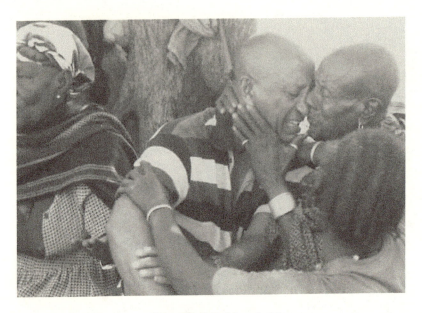

በኮሌ ሞት ኀዘን ላይ - ሐመር

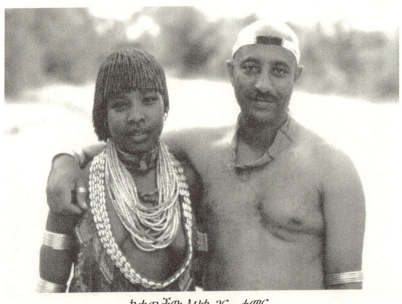

ከታጨችው እህቴ ጋር - ሐመር

የማያሰክር ፍቅር

"ሃሎ!"

"አቤት"

"ኤዶምን ፈልጌ ነበር"

"የለችም"

ደነገጥኩ፤ ምን ማለት እንዳለብኝ እያሰብሁ ዘገየሁ።

"ሃሎ!" ጐተት ያለ ድምፅ ሰማሁ።

"አቤት"

"ልዝጋው?"

"አይ ቆይ! በስንት ሰዓት ትመለስ ይሆን?"

"እኔ ምን አውቄ ምናልባት አስራ ሁለት ሰዓት።"

"እባክሽን ደውሎ ነበር በይልኝ"

"ማን ብዬ?" ስሜን ነገርኳት። ደግማ ጠራችው ስሜን ማወቋን ለማረጋገጥ

"እሽ!" ስልኩ ተዘጋ። አዕምሮዬ ግን አልተዘጋም። ኤዶምን በአካል አላውቃትም። እሷም በአካል አላየችኝም። የእሷ ደብዳቤ ከደረሰኝ ዓመት አልፎታል።

"... ሐብት ቢኖረኝ ሐብቴን የአንተን መጽሐፍ ወደ ፊልም እንዲቀየር በማውጣት እጠቀምበት ነበር" ይላል።

ያችን ወረቀት አጣጥፌ የገንዘብ ቦርሳዬ ውስጥ ከሸጎጥኳት ዓመት አለፈኝ። ደብዳቤዋን በየአጋጣሚው አውጥቼ ባነበብኳት ቁጥር 'ሐብቷን ለእኔ ሥራ ለማዋል ምኞት ያላት ማን ትሆን?' እያልኩ ስለማላውቃት ቅን ሰው ለረጅም ሰዓት ማሰብ ልማዴ አደረኩት።

ከሁለት ሳምንታት በፊት በፍቅረኛነት አብራኝ ከቆየችው የሴት ጓደኛዬ ጋር በተፈጠረ የሐሳብ አለመግባባት ግንኙነታችንን አቁመን ስለነበር ውስጤ ከነበረው ትካዜና ጭንቀት ለመውጣት መላ ለማውረድ በምጥርበት ሰዓት አንድ ነገር በአዕምሮዬ ውስጥ ብልጭ ብሎ ታየኝ - ቦርሳዬ ውስጥ አጣጥፌ ያስቀመጥኳት ወረቀት።

በሰፊው የራስ ሆቴል መስኮት እንደ ሸል የሚገለባበጥ ጥቁር ዳመና ሲታየኝ ዐይኔን ከፍ ወዳለው የክፍሌ ጣራ መልሼ ትንሽ አፍጥጬ ቆየሁና አፈፍ ብዬ ተነስቼ ከቦርሳዬ ውስጥ ያስቀመጥኳትን ወረቀት አውጥቼ አገላብጬ አነበብኳት። ያችን ደብዳቤ ቁጥሩ ለሚታከት ጊዜ አንብቤያታለሁ፤ ነገር ግን ሁሌ አንብቤ አልሰለቻትም። በተለይ መልእክቷን '.... ሐብት ቢኖረኝ ሐብቴን' የምትለዋን ክፍል።

'አለኝ የሚለውን ሐብቱን ሙሉ በሙሉ ለሚያደንቁት ሰው የመስጠት ትርጉሙ ምን ይሆን?'

ያላትን ስጥታ ባዶዋን መቅረት የምትችል እሷ ማን ናት?! ሰው? ከሰው በላይ የሆነች ሰው? . . . ገዝፋ ታየችኝ።

ስለ እሷ ለረጅም ጊዜ እያሰብሁ ሳለ ከደረቴ ላይ ወረቀቷን እንደገና አንስቼ ሳነብ አንድ ያላስተዋልኩት ነገር አየሁ። ስልክ ቁጥር!

ልቤ መደለቅ፤ ሰውነቴ መንቀጥቀጥ ጀመረ። ፍርሃቴ እኔኑ በላብ አሰመጠኝ። መታጠቢያ ውስጥ ቆሜ በሙቅ ውኃ ፊቴን ታጠብኩና ቀና ስል በሚያኘው መስታዋት ውስጥ ገፅታዬ ተከፋፍሎ ታየኝ።

'ደውልላት!' የሚል ድምፅ ሰማሁ።

ከው ብዬ ደነገጥኩ። ሰው እንዴት በስሜት በተጻፈ፤ ተጽፎም ለወራት በቆየ አስተያየት ለሰው ሰው ስልክ ይደውላል?

> 'ኡፍ ያሳፍራል! በዚያ ላይ አላውቃትም። ስለማንነቷ ፍንጭ የለኝም። መጽሐፌን በጨረሰች ማግሥት ሌላ ልብ ሰቃይ መጻሕፍት አንብባለች። የእኔ መጽሐፍ ትዝታ ቀስ በቀስ ሟሾ እስካሁን ይጠፋባታል!'

የጅል ሐሳቤን እያረጋገጥኩ ከፍሌን ቆልፌ ወጣሁ። ነጐድጓድ ተሰማኝ፤ መውጫ በሩ ላይ ስደርስ ዝናቡን ለማምለጥ የሚሮጡ ሰዎች እያየሁ እኔ ወጣሁ። ፊቴን ውሽንፍር ገረፈኝ ...

ዝናቡ እየመታኝ ወደ ባቡር ጣቢያው አቅጣጫ ሄድሁ። ቡፌ ለገሃር ልገባ አሰብኩኝ። ልብሴ በጣም ስለበሰበሰ ከበሩ ተመልሼ ወደ ራስ ሆቴል ተመለስኩ።

ሙቅ ሻወሩን ከፍቼ ግድግዳውን ተደግፌ ወንዶገነት እንዳለሁ ሁሉ ጀርባዬን በውኃው አስመታሁት። ሌሊቱን በሙሉ ስቃዥና ስወራጭ አደርሁ።

ነጋ፤ አዕዋፍ በዝማሬ ይበራሉ፤ ሰማዩ ጥርት ብሎ ንፋሱ ዕፅዋቱን ያስደንሳል። የቸርቸልን ጐዳና በእግሬ እያቆራረጥሁ ወደ ፒያሳ ሄድሁ።

ከሰዓት ኤዶምን እንደገና አሰብኳት፤ ወረቀቷን አውጥቼ አነበብኳት።

'ደውልላት!' የሚለውን ድምፅ እንደገና ሰማሁት።

'እሺ!' አልሁ።

ወደ ክፍሌ ታክሲ ይዤ ተመለስኩና ስልክ ደወልኩ። ተቅበጠበጥሁ!

ስልኩ ተነሳ። የለችም፤ መልእክት አስቀመጥኩላት።

'ታስታውሰኝ ይሆን?' ጨነቀኝ እንደገና!

ክፍሌ ውስጥ የነበረውን የሲሳይ ንጉሡን ሰመመን መጽሐፍ ለማንበብ ገለጥኩት። ቀስ በቀስ ተመስጬ ኑሮ ሰዓቱ ነጉዷል፤ ስልኬ ጮኸ፤ ልቤ ለሁለት የተሰነጠቀ መሰለኝ። ተንደፋድፌ አነሳሁት።

"ሄሎ!"

"ኤዶም" አልሁ ካለደንቡ።

"አቶ ፍቅረማርቆስ!" የሚያምር ድምጽ በቀጭኑ ሽቦ ጆሮዬ ውስጥ እንደ ሙዚቃ ተንቆረቆረ።

ልቤ በአፌ የምትወጣ እስኪመስለኝ በደስታና በፍርሃት መካከል ተሰንቅሬ ነበር።

በሚቀጥለው ቀን ለመገናኘት ወሰንን።

'ምን ዓይነት ሴት ትሆን? ስንገናኝ ምን ይሰማኝ ይሆን? ለምን ላገኛት ተመኘሁ? ምንስ ነው ከእሷ የምፈልገው?' በጥያቄ ብዛት አእምሮዬ ሊፈነዳብኝ ደረሰ።

የምችለውን አድርጌ ተዘጋጀሁ። በቀጠሯችን ሰዓት ዐይኔ መግቢያ ላይ ተተክሎ ከሚሽከረከረው በር ጋር ሲሽከረከር ዞማ ፀጉሯ በትከሻዋ አልፎ የሚፈስ ለግላጋ ወጣት በሹል ጫማዋ ቀጭ ቋ እያለች ገባች።

ቀጥ ያለ ማራኪ እግሯን ሳይ ብዥ አለብኝ። ልቤ እንደ ዜብራ አህያ እየዘለለ ደረቴን ረገጠው። የሴት ልጅ እግሯ ከንፈሯና ፀጉሯ ደስ ይለኛል - ምኗ ቀረ ካልተባልሁ!

ግር ብሏት ገብታ ወደ ሪስፐሽኒስቷ ሄዳ ጠየቀቻት። ወደ እኔ ስታሳያት እየተጣራሁ ተስፈንጥሬ ወደ እሷ ሮጥሁ።

“ኤዶም!” ሰውነቴና እጄ እየተንቀጠቀጠ አቀፍኳት።

ልንወጣ ስንል ለሪሴፐሽኒስቷ ቁልፌን ሳቀብላት፣

“በጣም ነው የምታምረው!” አለችኝ። ፍጥጥ ብዬ አየኋት፤

'ይሄ ህልም ነው፤ ጌታዬ ከዚህ ህልም ሳልነቃ ለዘላለም አኑረኝ!' እያልሁ ይዣት ወደ ውጭ ወጣሁ።

ለሴት ልጅ ገንፍሎ የሚወጣ ልቤን ዳንግላሳ የሚያስረግጥ፣ ውስጤን እያተረማመሰ፣ የምይዘው የምጨብጠው አሳጥቶ የሚያቃጥል ስሜት ሲይዘኝ ደስ ይለኛል። ልክ የቡና ስባቱ መፋጀቱ እንደሚለው ብሂል!

ልቦናዬ 'ፍቅሬ ሆይ ልንገርሽ . . .' ሽከላን ከፍቶ የጥሌን ስርቅርቅ ድምፅ እያሰማኝ ተንሳፈፍሁ!

ግለት

ውጭ ስንወጣ ቢጫ፣ ሐምራዊ፣ ብርቱካንማ . . . ቀለማት ሰማዩን አስውበውት፤ ፀሐይ በዚያ በተዋበ የሰማይ መድረክ ላይ ደማቅ ብርሃኗን ፈንጥቃ ወደ ፉሪ ተራራ ጫፍ ቁልቁል በቀስታ ትንሳፈፋለች።

አዲሳባ ከፓሪስ፣ ሮምና ከሲሸልስ በላይ ደምቃ ተውባ ታየችኝ። በአጠገባችን ሰዎች እንደ መላእክት ነጭ ብርሃን ነጠላ ተጎናፅፈው፣ ክንፋቸውን በማጠፍ በማይሰማ ዱካቸው እንደ ወፍ ጡብ ጡብ እያሉ የልቤን ዜማ እየሰሙ ሲሄዱ ይታየኛል።

አጠገቤ ሐር የመሰለ ፀጉሯ ከተራራ ወደ ታች በጋራ ቁልቁል እንደሚሮጡ በጎች ግራና ቀኝ እጥፍ ዘርጋ ይላል፤ እንደ ፏፏቴ እየተወረወረ ወገቧ ላይ የሚያረግደውን ሰውነቷን ጠጋ ብዬ ቀኝ እጄን ትከሻዋ ላይ ጣል ሳደርግ ቦርሳዋን ከግራ ትከሻዋ ወደ ቀኝ ትከሻዋ አዞራ ወገቤን በመላእክት አያያዝ በስሱ አቀፈችኝ።

ነፍሴ እየቦረቀች በብርሃን ሰረገላ፤ መለከት እየተነፋልን፣ ደመና እንደ ክቡር ዘበኛ ሠራዊት ካኪውን ተኩሶ፣ ሰፊ ባርኔጣውን ደፍቶ አጅቦን ወደ ፀሐይ አቅጣጫ በረርን።

ቡፌ ለገሃር ገብተን በአማረው ቀይ ምቹ መቀመጫ መልአኬን አስቀምጬ እኔ ከፊት ለፊቷ የፈጣሪን ድንቅ የጥበብ አሳሳልና ቀለም አጣጣል እያደነቅሁ ለደቂቃዎች በተመስጦ ውስጥ እንደቆየሁ።

“ዝም አልህ!” አለችኝ።

'ዝም አልህ' - ከተመሰጥኩበት የምናብ ዓለም ባነንሁ።

“በጣም ቆንጆ እንደሆንሽ ታውቂያለሽ?” አልኳት - ሳቀች፤ ሳቋ እንደ ጃዝ ሙዚቃ 'ትርምርምርም!' ብሎ ተሰማኝ።

“አንተንም እንደዚህ አልጠበኩም ነበር!” ከነበርኩበት በደንብ ነቃሁ።

“እንዴት ነበር የጠበቅሽኝ?”

“ግዴለሽ፣ ዝርክርክ ያለ፣ ነፃ፣ ጥርሶቹ የበለዙ፣ ዐይኑ የደፈረሰ ግን ደግሞ በሳል፣ ብዙ የሚያውቅ ሰው ነበር የጠበኩት” ብላ ሳቀች።

ለቅጽበት ብዕረ ሽጋውን፣ ቄንጠኛ በዓሉ ግርማን አስታወስኩት። ደራሲው በሚለው መጽሐፍ ደራሲን የወከለው ገጸ ባሕሪው እንደ አተላ ከጠራው ዓለም ሥር የተኛ፤ ውበትን በብዕሩ እንጂ በአካሉ የማይነካት፤ ሐሳቡ ውስጥ ሲሰነቀር የፍቅረኛው የቆሙ ጡቶች የማያማልሉት . . . አርጐ የሳለው ደራሲን በውስጤ አማሁት።

“የጻፍሽልኝን ደብዳቤ ታስታውሻለሽ?”

በአዎንታ እራሷን ነቀነቀች። ፈገግታዋ ይኮለኩላል፤ ይደባብሳል፤ ያስለመልማል።

“አባቴ ነው መጽሐፉን በስጦታ ገዝቶ የሰጠኝ”

“ኧረ!” አልሁ፤ ለአባቷ ረጅም እድሜ እየተመኘሁ።

“ልቦለድ መጽሐፍ ሲሰጠኝ የመጀመሪያ ጊዜው ስለነበር በመደሰት ወዲያው ማንበብ ጀመርሁ። ምስጥ ብዬ አነበብሁት። ስጨርስ ፍንድቅድቅ ብዬ አባቴን እቅፍ አድርጌ ጉንጮቹን ሳምሁት። አባቴ ደስ ሲለው በሚስቀው ሳቁ ቤቱን ሞላው። ከዚያ ስሜቴ ሳይበርድ ደብዳቤ ጻፍሁኝ ለደራሲው!”

ፈዝዤ የምትናገረውን ሰማኋት። ዐይኖቿ፣ ከናፍሯ፣ ጉንጮቿ፣ እንደ ገረኑክ አንገት የተመዘዘው አንገቷ፣ ደረቷ ላይ እንደ ሎሚ የሚነጥሩ ጡቶቿን እያየሁ አዳመጥኋት።

“እንገናኛለን ብዬ ግን ጭራሽ አላሰብኩም” አለችኝ።

“ለምን?”

“እኔ እንጃ! የት ጋ እንደሆነ ባላውቅም ሩቅ ያለህ ነበር የመሰለኝ . . . ሩቅ!” ሩቅ የቱ ጋ ነው ያለችው አባባል ደስ አለኝ። እውነት ሩቅ የቱ ጋ ነው?

“በጣም እኮ ነው የምታምሪው!” አልሁ፤ አምልጦኝ።

“አንተም ደስ ትላለህ!” ደገመችው፤ ትን አለኝ።

የሆነ የማረጋገጫ የምስክር ወረቀት እየተጨበጨበልኝ ስቀበል ታየኝ።

ያዘዝነው ምግብ ጠረጴዛችን ላይ ተደረደረ። በቁንጥ የተቀዳውን ወይን አጋጭተን ዐይን ለዐይን እየተያየን ስጠጣው እንደ ጸበል ስፈወስ ተሰማኝ።

ከሴት ጋ ስቀርብ የመጀመሪያዬ አይደለም። ጥሩ አፍቃሪም ነኝ ሳልቆጥብ ራሴን የምሰጥ። የተጠጋኋቸው ሴቶች የምወድላቸው አንድ ሁለት ወይም ከዚያ በላይ ውበት አላቸው።

ሕሊናዬ ውስጥ ንግሥቴ የምላትና ሁሌም ይዣት ውዬ ይዣት የምተኛ የምናብ ሴት ነበረች። የማትለየኝ - በእውኑ ዓለም መስፈርቴ - በእሷ የእንስቶችን ውበት እለካለሁ፤ በእሷ ውበት እመሰጣለሁ። በእውን

የማላያትን የውበት ጣዖቴ ሁሌ ከእኔ ጋር ነበረች። ያች የውበት ጣዖቴ በአምሳል ሳላስበው ከፊት ለፊቴ የተከሰተች መሰለኝ።

"እስኪ ስለፍቅር ታሪክሽ አውሪኝ?"

"ለቤተሰቦቼ ቅርብ ከሆነ ሰው ጋር በመለማመድ ተቀራረብን ከዚያ" ስትል

"አትጨርሽው" አልኳት፤ ሳቀች። የኔ ፊት ግን ቅጭም አለ።

"ከዚያ ወደ አሜሪካን አገር ሄደ። በቅርቡ ከአንድ ሰው ጋር ተቀራርቤ ነበር። ስንገናኝ መልኩ ሳይሆን ጨዋታው አይስብም" አለች፤ በመካከላችን ዝምታ ሰፈነ።

"የአንተስ የፍቅር ታሪክ?"

"አፍቅሬ አውቃለሁ፤ ሉል ቆፍሮ እንደሚያወጣ ሰው በቀረብኳት ሴት ውስጥ የተለያየ ቦታ ቆፍሬ የውበት ማዕድን ማውጣት ስለምችል ባፈቀርኳቸው ሁሉ ደስተኛ ነኝ። ውስጤ ደግሞ ማነፃፀሪያ የውበት ጣዖት አለችኝ" አልኳት።

ዐይኖቿን አፍጥጣ አየችኝ።

ስሜታዊነቴን መቆጣጠር እንደሚያስፈልግ ስለተረዳሁ ጨዋታችንን ወደ ቤተሰብ፣ የልጅነት ሕይወት፣ የተማሪነት ትዝታ፣ ስለ ህልሞቻችንና መሆን ስለምንፈልገው የወደፊት ስብእናችን አወራን። በመጨረሻ በሚቀጥለው ቀን ፊልም አብረን ለማየት ተቀጣጥረን በኮንትራት ታክሲ ሰፈሯ ቦሌ መድኃኔዓለም አድርሻት ተመለስሁ።

በነጋታው ከመጀመሪያው ቀን የበለጠ ተውባ መጣች። ቃሪያ ቅድ ጅንሷ ከሰውነቷ ጋር ልክክ ብሎ ከላይ በደማቅ ቀለማት የተዋበ የጣሊያን ሹራብ ለብሳለች። ስንገናኝ ለረጅም ጊዜ ተቃቅፈን ቆየን።

ጠረኗ አወደኝ!

"ምሳ እንብላ?"

"እሺ!" አለችኝ።

በወቅቱ ታዋቂ ከነበሩት የአምባሳደር አካባቢ ምግብ ቤቶች ወደ አንዱ ሄደን እየተጐራረስን ምሳ በላን። ከዚያ ስሙን አሁን የማላስታውሰው ፊልም አይተን ስንወጣ ወደ እኔ የራስ ሆቴል መኝታ ክፍል ሄድን። የሆቴሉን ደረጃ ስንወጣ አንድ ሰው ተከትሎን ጠራት። ዘወር ብላ አይታ "ተወኝ በቃ! እኔ ትቼሃለሁ" አለችውና የእኔን እጆች ይዛ ወደ ላይ ስንወጣ ያ ወጣት እንደ ሎጥ ሚስት የጨው ሐውልት ሆኖ ደርቆ ቆሟል።

"ማነው?" አልኳት።

"ያ የነገርኩህ . . ." አለችኝ።

የያዘ ይዞኝ ለዚያ ትርኢት ቦታ ሳልሰጠው ወደ እኔ ክፍል ገባን። እሷ ወንበር ላይ ተቀመጠች፤ እኔ አልጋው ላይ በጀርባዬ ተንጋለልሁ።

"ነይ እዚህ ጋ"

"እሺ!" ብላ ከጐኔ ጋደም አለች።

ያን የቆመ ወጣት ከአእምሮዬ ማስወጣት ተሳነኝ። ተቃቀፍን!

ዳገትና ቁልቁለት

ፍቅር በልቦናችን ያደረው አምላክ ነው። ከዚህ እኛነታችን እንድንራራቅ ግን ብዙ ማዘናጊያዎች እንጋታለን። ጭራሽ ፍቅር የምንቀበለው፤ ከውጭ የምንሸምተው፤ እንደ ዳረጐት የሚሰጡንና የሚነሱን ሆኖ ነው ስለፍቅር እንድናውቅ የተደረግነው። ፍቅር፤ ሰጥተነው የማይጎድል - እንዲያውም ስንሰጥለት የሚሞላ መሆኑን የሚያስረሳ ብዙ ዘላለማዊ የሚያደርገን እኛነታችን፤ ከግዙፍ ዓለምና ከዓለም ፈጣሪ ጋር የሚያቆራርጠን እኛነት መሆኑን የሚሰውር ትምህርትና ልምድ ፈጥረው ደካማና ፈሪ ሲያደርጉንና ስናደርግ ነው የኖርነው፣ የምንኖረው።

እንደዚህ እንደሆነ የተረዳሁት ግን እንደዚያ እንዳይሆን ተደርጐ በታጠረብኝ የእሾህ አጥር እየወደኩ፣ እየተነሳሁ ተጉዤ ነው።

በውበቷ የማረከችኝ፤ ስሜቴን የተቆጣጠረችው ኤዶም፤ ፍቅር እንድትሰጠኝ እየተመኘሁ ለቀናት አልሜያለሁ። እኔና እሷ እንደ ሎጥ ሚስት ቆሞ የቀረውን ከኋላችን ገትረን አንድ አልጋ ላይ ከነልብሳችን ጐን ለጐን ተኛን። ሁለታችንም አካላችን የተረጋጋ ቢመስልም በአእምሮአችን ግን ብዙ እያሰብን ነበር።

‘ፍቅርን የምትሰጠኝ ትክክለኛዋ ለእኔ የተፈጠረችው ሰው ትሆን?’ ብዬ አሰብሁ።

ደግሞ ፍርሃት ባዘለ መልኩ ደግሞ ተጠራጠርኳት። ውበቷ በዛብኝ፤ እንከን የለሽ መሰለችኝ። እሷ ገዝፋ እኔ ቀጭጬ ታየኝ።

“ተመቸሽ?”

ቀኝ እጄን በአንገቷ ሥር አሳልፌ አቀፍኳትና ወደ እኔ ዞራ አቀፈችኝ።

"ምን እያሰብሽ ነው?"

"ምንም!"

"አንተስ ምን እያሰብህ ነው?"

"ስለ ፍቅር፤ ስላንች" አልኳት አጮልቄ ዐይኖቿን እያየሁ።

ዐይኖቿ ተጨፍነዋል፤ ዝም አለችኝ። ዝምታዋን እያደመጥሁ እኔም ዝም አልሁ።

ከተንጋለልኩበት ዘወር ብዬ በጐኔ ሆኜ ፊት ለፊት አካላችን ተገናኝቶ አቀፍኳት። ትንፋሿ ደረቴ ላይ ሰፈፈ። ስሜቴ እንደ ወንዝ ሙላት ፈረሰኛ እየጋለበ ከራስ ፀጉሬ እስከ እግር ጥፍሬ ደረሰ።

ዐይኖቿ እንደተጨፈኑ ናቸው።

ትንፋሼ ጨመረ፤ የሰራ አካላቴ ጋለ!

የራስ ሆቴል አልጋ ስፕሪንግ ጫፍ ስለነበርኩ ወለሉ ላይ ወደቅሁ።

"እኔን!" ብላ ደንግጣ ተነሳች።

መደንገጧ ውበቷን ከመቀነስ ይልቅ ጨመረው። ሁለት እጆቿን ይዤ ከወደኩበት ተነሳሁ።

"ይቅርታ!" አልኳት፡፡

ዝም አለችኝ። አቀፍኳት እንደገና እሷም ፈራ ተባ እያለች አቀፈችኝ። መተቃቀፍ እየጠነከረ፤ የሰውነት ሙቀታችን እየጋለ ሄደ!

ሙዚቃው ተጋጋለ፤ በዳንስ ሽር ብትን ማለት ጀመርን - ትንፋሻችን ቁርጥ ቁርጥ፤ ላባችን ችርፍፍ እስኪል።

እንደ ሐውልት ተገትሮ፣ ፈዞ ያየሁት ሰው እንደገና ትዝ አለኝ፤ ቅስሙ ተሰብሮ፣ ተሸማቆ፣ ሰማይ ተደፍቶበት በዐይነ-ሕሊና በትዝብት ሲያየኝ አየሁት።

"ደረጃው ላይ ካየነው ሰው ጋር ብዙ ቆይታችኋል?"

"ሦስት ወር" አለችኝ።

"አትወጅውም?"

"እወደው ነበር፤ ግን መወደድ አልቻለም ስቀርበው ይሰጠኛል ያልኩትን አጣሁበት" አለችኝ ሽጉጥጉጥ እያለች።

"አሁን እርሱን እርሳው" ብላ በስሱ ጉንጬን ሳመችኝ።

ያን ምስኪን ለመርሳት እሷ ውስጥ ተደበቅሁ። የሚገርመው ግን ከዚያ ከትዝብት ዐይኖቹ መሰወር አልቻልኩም።

ብርሃን ያለው ጨለማ

ከብሔራዊ ትያትር ሥር አዲስ የተከፈተ የሚያምር የፈረንሳይ ሬስቶራንት ራት ልጋብዛት ይዣት ሄድሁ። በሻማ ብርሃን እየተያየን ጽዋችንን አጋጭተን ወይን ጠጣን፣ ራት በላንና በቴራሚሶ ዲዘርት ምሽታችንን አጣጣምነው።

ከዚያን ቀን በኋላ ለሳምንታት መለያየት ተሳነን፤ በፍቅር አበድን። ከዚያ ወደ ወሎ ሰፈር አካባቢ አንድ ግቢ ውስጥ አንድ ክፍል ቤት ተከራየሁ። በወሩ መገናኛ አካባቢ የተሻለ ቤት አግኝቼ እዚያ መኖር ጀመርሁ።

ወደ ሥራዬ ቦታ ብሄድም ከጥቂት ቀናት በላይ መቆየት እያቃተኝ ቶሎ ቶሎ መመላለስ ቀጠልሁ። ደስተኛ ስሆን ተረጋግቼ ቀጣይ መጻሕፍቶቼን እየጻፍሁ አሳተምሁ። ዕውቅና፣ ገንዘብ፣ ፍቅርና ምቾት መጣ።

አንድ ቀን ግን ያላሰብሁት አጋጣሚ ተፈጠረ። ፒያሳ ከሞዛቮልድ ወደ ሀገር ፍቅር አቅጣጫ ስሄድ አንድ ወንድና ሴት ላይ ዐይኖቼ ተሰነቀሩ። ምራቄን መዋጥ እስኪያቅተኝ በድንጋጤ ክው አልሁ። የኔዋን ፍቅረኛ ከሌላ ሰው ጋር አየኋት።

እሷም አየችኝ - ወደኔ ይዛው መጥታ አስተዋወቀችኝ።

“ፊልም ልናይ ነው፤ አብረኸን ግባ” አለችኝ ተረጋግታ።

በደመነፍስ ወዳለችው አቅጣጫ ሄደን ወደ ሀገር ፍቅር አዳራሽ ገባን።

እሷ ከመካከላችን ቁጭ አለች። ጥያቄ እያነሳች ልታከራክረን ስትሞክር ደረጃው ላይ ያየሁት ሰው የትዝብት ዐይን አየኝ።

በጨለማው አዳራሽ ሌላ ጨለማ ዋጠኝ!

ከተቀመጥሁበት አፈፍ ብዬ ጥያቸው አዳራሹን ለቅቄ ወጣሁ። ለማልቀስ ከቤቴ ውጭ ሌላ የሚመች ቦታ ስለሌለ ታክሲ ይዤ ወደ መገናኛ ሄድሁ።

ጭው አለብኝ፤ ምንም ነገር አልገባኝ አለ። ውስጤ ባዶ እንደሆነ ወደ ክፍሌ ገባሁ። ግድቡን የጣሰው ዕንባዬ ቁልቁል ተንዶለዶለ።

ከግማሽ ሰዓት በኋላ ኤዶም በሩን ከፍታ ገባች። እግሬ ላይ ወድቃ 'አንተ እንዳሰብኸው አይደለም' ብላ ምክንያት ደረደረችልኝ።

ከአስራ አምስት ቀን በኋላ ስታዲየም ፊት ለፊት ካለው ላሊበላ ሬስቶራንት ባጋጣሚ ስገባ ፍቅሬ - ሀገር ፍቅር ካየሁት ሰው ጋር ጐን ለጐን ተቀምጣ እጆቹን ስታሻሽ በዐይኔ በብረቱ አየኋት።

ልቤ በኀዘን ተሰባበረ። ምን ማድረግ እንዳለብኝ እንኳን ማሰብ ተሳነኝ። በራስ መተማመኔ ቢደፈርም ጥርሴን ነክሼ ተመልሼ ወጣሁ።

ወደ ቤት ከመሄድ ይልቅ ወደ መርካቶ ሄድሁ። የሚተረማመሰው መንገደኛ እየገፋኝና እየገፋሁት፤ እየሰደበኝና እየሰደብሁት ውስጥ ለውስጥ ተጓዝሁ።

ለሳምንታት አመልካት የነበረው ፍቅሬን ራቅሁ። ግን ልረሳት አልቻልሁም። እኔን ስለማፍቀሯ ተጠራጠርሁ፤ የማልረሳው የፍቅር ትዝታ ዋርካ አእምሮዬ ውስጥ ተክላ ስላበቀለች ለደቂቃ እንኳን ስለእሷ አለማሰብ አልቻልኩም።

ተዘበራረቀብኝ ሕይወቴ! ግራ ተጋባሁ፤ ጨነቀኝ፤ ሁሉም ነገር እያስፈነጠረ አወጣኝ። ሕክምና የማያድነው፣ ምክር የማይመልሰው በሽተኛ ሆንሁኝ።

አንድ ቀን ከቤቴ ወጥቼ ወደ ቶፕ ቪው ሬስቶራንት ስሄድ ኤዶም እንደ እኔው ጉስቁል ብላ አየኋት።

ስንተያይ ሁለታችንም ደነገጥን፤ ተላለፍን፤ ከዚያ ዞር ብለን ተያየን፤ እኔ ወደ እሷ ሄድሁ፤ እሷም ወደ እኔ መጥታ በስስት ተቃቀፍን።

ግንኙነታችን እንደገና ቀጠለ። የቆሸሸ አእምሮ ሳይፀዳ በአተላው ላይ ንጹሕ ፍቅር ተጨመረበት። አተላው ሳይደፋ የሚጨመረው ሲደፈርስ እያየሁ ዝም አልሁ።

ሌላ ሁለት ወር አለፈ። የመጀመሪያ ልጃችን መፀነሷን አወቅን። ስለ አባቷ ቁጡነት ስለማውቅ ጭንቀቷን ለመካፈል ወሰንሁ።

ሽማግሌ ልኬ የጋብቻ ቀኑ ተወሰነ። ከአንድ ሺ አምስት መቶ ሰው በላይ ሠርጋችን ላይ ሽክ ብሎ ተገኘ። የሠርጋችን ለት ዘጠኝ አስረኛውን ሰው እንኳን እኔ ኤዶምም አታውቃቸውም። የዚያ ሠርግ ጫና ግን ጀርባዬን አጒበጠው።

ከዚያ ልጃችን ተቀላቀለችን። ኤዶም ወላጆቿ ጋ ለመታረስ ሄደች። ታርሳ ስትወጣ ደግሞ ልጃችንን ወላጆቿ እንዲያሳድጓት እንደምትፈልግ አረዳችኝ። ተመልሳ አብረን ብንሆንም ጭቅጭቅ ጀመርን። እኔ ራሳችንን ችለን እንኑር እሷ ደግሞ 'የወላጆቼን እርዳታ እፈልጋለሁ' በሚል ሐሳባችን ጽንፍ ይዞ አራንባና ቆቦ ሆነ፤ ተጣላን።

የወርቅ ሰዓትና አልባሳት ስጦታ ሰጥቼ ይቅርታ በመጠየቅ መልሼ ታረቅኳት። ቤተሰቦቿ በሕይወታችን ውስጥ ሙሉ በሙሉ ሰተት እያሉ ገቡ። የመከዳትና ብቸኛ የመሆን ስሜት ተጠናወተኝ።

ብርሌ ከነቃ

እንደኛ ባለ ኢኮኖሚው ገጭ ጓ በሚል አገርም ሆነ በኢኮኖሚያቸው ባደጉ አገሮች ካለምንም ማሽሞንሞን የመጀመሪያውን ረድፍ ከያዙት ማህበራዊ ችግሮች ዋነኛው የኢኮኖሚ አቅም ጉዳይ ነው።

ቋሚና አስተማማኝ አቅም አለመኖር ፍርሃትና ጥርጣሬን ያመጣል። እንኳን በግለሰብ ደረጃ፣ በአገር ደረጃም፤ የሚያሳዝነው ደግሞ ሁለቱ ተያያዥና ተደጋጋፊ ናቸው። የአገር ኢኮኖሚ ሲያድግ የግለሰቦች የገቢ አቅምም ጠንካራ ይሆናል። ዛሬ ስለነገ መጨነቅ ይጀመራል።

ይህን የጭንቀት ማነቆ ለመቋቋም በሁለት መንገድ መንቀሳቀስ ጀመርሁ።

በአንድ በኩል የአስጐብኚ ቱር ቢዝነስ በሽሪክ ጀመርሁ። የፈጠራ ሥራዬንም በመቀጠል የመጻሕፍቶቼን ቁጥር እያሳደኩና ተቀባይነቴ እየጨመረ ሄደ። ባለቤቴም ደግሞ ኒው ጀነሬሽን ከተባለው በወቅቱ በአዲሳባ ከተከፈቱት ኮሌጆች በአንዱ ከፍተኛ ትምህርቷን ቀጠለች።

ሁለተኛዋ ልጃችን በዚህ የስኬት መንገድ ላይ ስንጓዝ ተወለደች። ቢዝነሳችን እያደገ የግል ቤት ሰራን፣ መኪኖችም ገዛን። በሥራዬም እዚህም እዚያም የማበረታቻ ሽልማቶች መጡ።

ልጃችን ማክሚላን የሕፃናት ትምህርት ቤት ጀመረች። በሥራ ምክንያት ወደ አውሮፓ፣ ሩቅ ምሥራቅና አሜሪካ መሄድ ጀመርሁ። ለጥቂት ወራቶች ኑሯችን የተሟላና ደስተኞች ሆንን።

በመካከላችን የተፈጠረው መቻቻልና የአለመግባባት ቁርሾ አለባብሰነው ብንቆይም ግን እርጥበት በነካው ቁጥር ውኃ በነካው ጠመኔ እንደተጻፈ ጽሑፍ ቀስ በቀስ መጉላት ጀመረ። የአንድ ወገን መቅናት ቀርቶ ሁለታችንም መቀናናት አበዛን።

የቤተሰብ ጣልቃ ገብነት ቀጥተኛ ሆነ። ቤተሰባዊ መተሳሰብን ይጨምራል ብለን የጀመርነው ተቀራርቦ መኖር፤ የትዳር ነፃነታችንን አጠፋው። እኛም ተቀምጠን ከመነጋገርና ችግራችንን ከመፍታት ይልቅ የውሸት የደስተኛነት ጭምብል አጥልቀን ሕይወታችን በሆነው ትዳራችን ቀዝቃዛ ውኃ በቸልተኝነት ቸለስንበት።

እኔም ሆንሁ እሷ ውብታችን ለውጪ እንጂ ለእርስ በርሳችን አልሆን አለ። እሷ ተውባ መኪናዋን ይዛ ትወጣለች፤ እኔም ተመሳሳዩን አደርጋለሁ። እኔም ሆንሁ እሷ ውጭ መብላት፤ የነበረንን አብሮ የመሆን ጊዜ ማሳጠር ጀመርን።

እግዚአብሔር በልጅ፣ በሐብት፣ በጤና ቢያድለንም፤ እንደ ባቢሎናውያን የመግባቢያ ቋንቋችን ተደባለቀብን፤ ይባስ ብሎ በየሕሊናችን የየራሳችንን ሐሳብ ማንሰላሰል አመጣን።

ለኢትዮጵያ ወላጅ ሁልግዜ ልጁ ትክክል ነው። ሁልግዜም ለልጅ ማዳላት ባህል በመሆኑ የእሷ ቤተሰቦች በተጨቃጨቅን ቁጥር ከእሷ ጐን ሲቆሙ፣ በእሳቱ ላይ ቤንዚን ሲጨምሩ ችግራችን አልቆም አለ።

የዲፕሎማና የመጀመሪያ ዲግሪዋን ስትይዝ ችግራችንን ፈተን እንግባባለን ብዬ ባስብም ይህም ለውጥ ሳያመጣ አለፈ፤ ስለዚህ ለሳምንታት እየተለያየን በመቆየት ትዳራችንን ማፍረስ ቀጠልን።

ትዳራችን በድቡሽት ላይ እንደቆመ ቤት እየዋለለ ብንጣላም መለያየት ግን ለሁለታችንም ከበደን። የልጆቻችን ጉዳይም አሳሰበን።

ስለዚህ ስለ ፍቅር፣ ስለ ልጆቻችን ስንል እንደ ውጫሌ ውል አንዱን ወገን ብቻ በሚጠቅም ውል እየተጣላን መታረቅ ቀጠልን።

በዚህ አጋጣሚ በወቅቱ የነበረው መንግሥት የግለሰብ መብትን ፍጹም የሚጥሱ ሕጎች አወጣ፤ ማሰር፣ ማንገላታቱ አሳሳቢ ሆነ። አፈናውና ማዋከቡ ቅጥ አጣ። ስለዚህ በግልጽና በአገር ደረጃ እየመጣ የነበረውን መከራ ለመሸሽ ልጆቻችንን ይዘን ለመሰደድ ወሰንን - ከእሳቱ ወደ ረመጡ።

አሜሪካን ስንመጣ አሜሪካ በኢኮኖሚ ውድቀት በደረሰባት፣ ሠራተኞች ሲሠሩ ከነበሩበት በሚሰናበቱበት ወቅት መግባባትን ለመፍጠር የእሷ ቤተሰቦች ወደሚኖሩበት ቦስተን ማሳቹሴትስ አመራን።

በዚያ ውጥንቅጡ በወጣ፤ ሰው በጭንቀትና ድብርት ውስጥ በገባበት ወቅት፣ ሐብት ንብረታችንን ጥለን፤ ሁለት ልጆችን ይዘን መከራን መጋፈጥ ጀመርን - ከዜሮ!

በእንቅርት ላይ ጆሮ ደግፍ እንዲሉ ከኢኮኖሚውና ከማህበራዊ ሕይወቱ ውጥንቅጥነት በተጨማሪ እኔን የሚከብዱኝ ነገሮች ሲበዙ፤ እሷ ደግሞ እየተመቻት ሄደ።

ጥገኝነት ጠየቅሁ፤ ካለፍላጎቴ ጥገኝነት መጠየቄ "ኢትዮሚዲያ" በሚል ድረ ገጽ ካለ እኔ ፈቃድ ተለቀቀ። መንገዴ አማራጭ የሌለው አንድ አቅጣጫ ያለው መንገድ ሆነ።

ባለቤቴ ተለወጠችብኝ። አንድ ጊዜ እንዲያውም እኔ ሥራና መኖሪያ ቤት ፍለጋ ወደ ዲሲና ዳላስ ደርሼ ስመለስ አንድ ክፍል ሰጥተዋት የነበሩት ቤተሰቦች 'ባል የለኝም' ስላለች፤ ከሄድኩበት ስመለስ ማጠፊያው አጠረባት። አንዱ ስሕተት ሌላ ስሕተት እየፈለፈለ ኑሮ ከድጡ ወደ ማጡ መሄድ ሆነብን። ደግነቱ የጥገኝነት ጥያቄያችን ተቀባይነት አገኘ።

ፍቅረማርቆስ ደስታ

ከቀናት በኋላ በእኔ ስም የተመዘገቡትን ጉዳዮች ወደ ራሷ ስም በማዞሯ አለመግባባት ተፈጠረ፤ በመጨረሻም በአስቃቂው የክረምት ወቅት ደውላ “ወደ ቤት እንዳትመለስ!” አለችኝ።

ከዚያ በኋላ ስልኳ ተዘጋ፣ የእቀባ እገዳ ትእዛዝ አውጥታ በሕግ እሷም ሆነ ልጆቼ ጋ እንዳልደርስ አደረገች። በአጭር ጊዜ ሰማይና ምድር ተደበላልቀው ቤት አልባ ሆንሁ።

ሰማይ ምድሩ ዞረብኝ፤ በዚያ የጭንቀት ሰዓት የሚረዳኝ ቀርቶ አይዞህ የሚለኝ እንኳን ጠፋ!

የጨለማው ጉዞ ተጀመረ!

የጋብቻ ቀለበቱ

ለካ ሕይወት የአእምሮ ሁኔታ ነፀብራቅ ናት። አእምሮ ሲታወክ እንደተሰበረ መስታዋት ቅጥ አምባሩ የጠፋ ምስል ማየት፣ የፀሐይ ብርሃን መጨለም፤ የጨረቃ ውበት መጥፋት፤ የተፈጥሮ መዓዛ መጐርናት፤ ንፋሱ እንደምላጭ የሚላጭ መሆን፤ ምግቡ መምረር፤ ቀዝቃዛው ውኃ እንደ ሚጥሚጣ የሚያቃጥል መሆን።

ከማፈቅራት ሚስቴ፣ ከምሳሳላቸው ልጆቼ ተለይቼ በማላውቀው አገር፣ ባህሉን ባለመድሁት ሕዝብ መካከል ከቤት ወጥቼ በደመ ነፍስ 'አልዋይፍ' ባቡር ጣቢያ ደረስሁ። 'ሬድ ላይን' ተብሎ ከሚጠራው ቀይ ዘንዶ አፍ ውስጥ ገብቼ ቁጭ አልሁ። በኪሴ ጥቂት ዶላሮች አሉ፤ የምለብሰው ልብስና ዶክመንቴን ያስቀመጥሁበት የሚገፋ ትንሽ ሻንጣ እግሮቼ መሐል አስገብቼ ዐይኖቼን አንከራተትሁ።

የምሄድበትን አላውቅም፤ የምገባበትም የለኝም። ሐበሻው እንደ ድፎ ዳቦ የተከፋፈለ ሆነብኝ። አንድ ሰው ትግሬ፣ ኦሮሞ፣ አማራ፣ ጉራጌ፣ አዲሳቤ . . . ከየትኛው እንደሆነ ይጣራል። ሰው ነኝ፣ በአህጉር አፍሪካዊ፣ በትውልድ ኢትዮጵያዊ ብሎ የሚያስብ ከዛፍ እንደወደቀ ቅጠል ንፋሱ አንጓሎ ይጥለዋል፤ መሬት ለመሬት ካለ አቅጣጫ ይንከባለላል፣ ይረገጣል፣ ይገፋል፣ ከዚያ እንደ ትቢያ ይጠረጋል።

ስለዚህ በመከራ ሰዓት የኔ ከሚሉት ሐበሻ ወንድምና እህት አቅጣጫ መሄድ ራስን ይበልጥ ወደ መጥላት፣ ተስፋ ወደ መቁረጥ ሊያደርስ እንደሚችል ቤት ዘግተው ራሳቸውን ከሚሰቅሉና ከሚያጠፉ ሰዎች ታሪክ ተረዳሁ።

የሐበሻው ፍቅር የሚታየው ሕይወት ትክት፣ ምርር፣ ስልችት ብሏቸው የሞቱ ሰዎች ሲቀበሩ ነው። ቀብር ይደምቃል፣ ሰው የራባቸው፣ ብቸኝነት ሲያንገሸግሻቸው እየገላመጠ መንገድ እያሳበረ የሚሄደው ሁሉ አለባበሱን እያሳመረ በቀብራቸው ይሰበሰባል።

ይብላኝ ህልሙ ተቀጭቶ ለሞተ። ይብላኝ አጋዥና ረዳት ፍለጋ ተቅበዝብዞ፣ ዳክሮ ለሞተ። ይብላኝ አቅጣጫ ለመጠየቅ ሲቀርብ የሊማሊሞ አቅጣጫን ሲጠይቅ የጆሐንስበርግ አቅጣጫ ለተሰጠው። ይብላኝ ቀድሞ በመጣው ስደተኛ (ያውም ከአንድ አገር) በኋላ በመምጣቱ ሞራሉ እንደ በቆሎ ለተሸለቀቀው፣ የፍርደ ገምድል ሞራሉ እንደ ጌሾ ለተወቀጠው።

ከሁሉም ከሁሉም በሰው አገር ሰውነቱን ያጣ፣ በቤተሰብ በተብደነ አደባባይ ወጥቶ “ዳውን ዳውን” በሚል አታካች አዝማች ዘረኝነትን ሲኮንን፤ አንድነትን ሲመኝ መስማት ያማል፤ እርር ድብን ያደርጋል። ሳይሻሉ ማውገዝ፣ ሳይሆኑ መምሰል የበዛበት አደባባይ ትርኢት ይከብዳል።

ስለዚህ እንደ አሮጌ ማንኪያ ወደ ውጭ ስወረወር የሐበሻ እጅ ከማይ ወደ ሞት ጉሮሮ መሄዱን መረጥኩ። በብርድ፣ በምግብ እጦት፣ በብቸኝነት ለመሞት። ስለዚህ ሐበሻው ከሚኖርበት ሐበሻው ወደ ማይኖርበት ለመሄድ ወሰንሁ።

ባቡሩ ውስጥ ለመጀመሪያ ጊዜ ጃኬት ደራርበው፣ ፌስታል ተሸክመው፣ ሻንጣቸውን እየገፉ በባቡር ክፍል የሚጐለቱት፣ በየባቡር መቆሚያው የሚያንጐላጁት ቤት የለሾች ናቸው። እኔም ቤት ሳይኖረኝ ኖሬ አውቃለሁ፤ የአሜሪካውን ቤትየለሽነት ግን ይለያል።

'ዴቪስ ስኩዌር' ፣ 'ሃርቫርድ'፣ 'ሴንትራል ስኩዌር' . . . ባቡር ሰው እየተፋና ሰው እየዋጠ ሲሄድ አንገቱ ላይ እንደረገጡት ውሻ ዐይኖቼን አፍጥጬ እቁለጨለጫለሁ። አልፎ አልፎ ሐበሾች ይገባሉ። አንድ ሐበሻ

ሌላውን ሐበሻ ሲያይ፣ በተለይ ጐስቆል ወይም በፍርሃት ርብትብት ካለ በአዲሱ አማርኛ ፊቱን አዙሮ 'ላሽ' ይላል።

'እንዴት ሰው የራሱን ሰው ይሸሻል?'

መልስ የሌለው እንቆቅልሽ ነው - ለመረዳት የሚያስቸግር።

'ሰው እንዴት የቀመሰውን መከራ ሌላው ገብቶበት ሲያይ ይጨክናል?'

'እንዴት ሰው የመተዛዘን ባህሉን ይረሳል?'

'አገር ቤት ምን ነበር የሚያስማማን? ምን ነበር ስንቸገር የሚያረዳዳን? ምን ነበር አብሮ የሚያስበላን? ቦታ መቀየር ማንነትን ይቀይራል?'

'ለምንድን ነው የተሻልን ሲመስለን ሌላው እንዳይመጣበት መንገዱን በኬላ የምንዘጋው?'

'ለምንድን ነው እኛ የምንፈልገውን ለሌላው የማንሰጠው? ለምንድን ነው ሰዎች ሲሠቃዩ ደስ የሚለን? ለምንድን ነው ትዳር ሲፈርስ፣ ልጆች ፍቅር ሲያጡ የማይከፋን? ለምንድን ነው?!'

ባቡሩ 'ፓርክ ስትሪት' ደረሰ። የማውቀው ይህ 'ፓርክ ስትሪት' ተብሎ የሚጠራውን ነው። ለጥቂት ቀናት ልጆቻችን እየያዝን ከከተማው እምብርት ከሚገኘው መናፈሻ ከቤተሰቤ ጋር መጥተናል።

ከባቡሩ ስወርድ የቦስተን ቀዝቃዛ ብርድ ተቀበለኝ። ከባቡር ወርጄ ፓርኩ ውስጥ ካሉት አግዳሚ ወንበሮች ላይ ሄጄ ቁጭ አልኩ።

ብዙ ሰው እንደ ቀኑ ውር ውር አይልም። ብርዱ ጆሮ ግንዴን እንደ እሳት ያቃጥለኝ ጀመር። ዐይኔ ያለቅሳል - 'ሆድ ለባሰው ማጭድ አታውሰው' እንዲሉ መላ አካሌ በብሶት መንጫጫት ቀጠለ።

ሰዓቱ እንደ ገመድ ተጐተተብኝ። በዚያ የሚያንዘፈዝፍ ብርድ የያዝሁትን ልብስ ደራርቤ ለብሼ ማፏጨት፤ ማንጐራጐር ጀመርሁ። ለካ ዘፈን መተከዣ ነው! እያለቀሱ መዝፈን ልብ ያማልላል። 'አምላኬ ሆይ በእንዲህ ያለ ብርድ እንዴት ይሆን የሚነጋው?' ሰማዩን አየሁት፤ ከዋክብት፣ ጨረቃ ሁሉም የሉም።

ወገቤ ተንቀጠቀጠ፤ መቀመጫዬ ደነዘዘ፤ ስለዚህ ጋደም አልሁ። እንቅልፍ ሸለብ ሲያደርገኝ የሆኑ ሰዎች ድምፅ ቀሰቀሰኝ። አንድ ነጭና ጥቁር አሜሪካዊ አጠገቤ መጥተው ተቀምጠዋል።

"ሃይ ባዲ!" አሉኝ ተደናብሬ ተነሳሁ።

ለካ ቤት የለሽ ሆኛለሁ። የኔ የምለው መግቢያ የለኝም። ፓርኩ መቀመጫው የጋራ ነው።

"ዱ ዩ ኒድ ቢር?" አለኝ ነጩ፣ የቆርቆሮ ቢራ የያዘ እጁን እየዘረጋ።

አለመፈለጌን ነገርኳቸው። በአነጋገር ዘይቤ ልዩነት ግን የተለመደውን፤ 'ከየት ነህ?' ጥያቄ አስከተለ።

ጥቁሩ ብዙ አይናገርም። ሁለቱም መጠጣታቸውና ማጤሳቸው በጠረናቸው በቀላሉ ተረዳሁ።

እንዳልገባው ሰው ዝም አልሁ።

አገሬ እያለሁ እንግሊዘኛን ለብዙ ዓመት ተምሬያለሁ። በእንግሊዘኛ አርቲክሎች፣ ሲኖፕሲሶችና መጽሐፍም ጽፌያለሁ። እርግጥ

ነው የአነጋገር ዘዬው የተለያየ ነው። በእንግሊዘኛ አፋቸውን የፈቱትም አንዱ የሌላውን ለመረዳት ሲቸገሩ አይቻለሁ።

ስለዚህ 'መጤ' መሆኔን በአነጋገር ዘይቤዬ አውቀው ከየት ነህ እንዳሉኝ ገባኝ። መልሱ ግን ከበደኝ። ቢያንስ እንግዳ መሆኔን በዚያ ላይ ደግሞ አፍሪካዊ መሆኔን መንገሩ አደጋ እንደሚያመጣ ገምቼ።

በዚህ መሐል የፓርኩን የእግር መንገድ ይዞ የሚመጣ መኪና አየሁ። መኪናው አጠገባችን ሲደርስ መብራቱን አጥፍቶ ቆመ። የፖሊስ መኪና ነው። ፖሊሱ ወርዶ ቀጥታ ወደኛ መጣ።

“መታወቂያችሁን ማየት እችላለሁ?” አላቸው።

መታወቂያቸውን በየተራ አሳዩት።

“ከእኩለ ሌሊት በኋላ እዚህ መቀመጥ አይፈቀድም፤ ስለዚህ አሁኑኑ መሄድ አለባችሁ” አላቸው።

ትንፍሽ ሳይሉ ተነስተው ሄዱ። ከዚያ በባትሪው በደንብ አየኝና መታወቂያ ጠየቀኝ። መታወቂያ እንደሌለኝ፤ በቅርቡ ከአፍሪካ እንደመጣሁ ነገርኩት።

“ያለህን መታወቂያ አሳየኝ” አለኝ።

የአገሬን የቢዝነስ መታወቂያ አሳየሁት። የእንግሊዘኛ መጽሐፌን የጀርባ ፎቶ አየ - ከስሜ ጋር እያስተያየ።

“ለምን በዚህ ሰዓት እዚህ ተገኘህ?”

“ተባርሬ” አልሁት ቃሉ እየቀፈፈኝ።

"የምመክርህ የተጣላሃቸውን ሰዎች ይቅርታ ጠይቀህ እንድትመለስ ነው። አብረውህ የነበሩት እንደዚህ ጣትህና አንገትህ ላይ ያለውን ወርቅ አይተው ሊገሉህና ሊዘርፉህ ይችሉ ነበር። ስለዚህ ወይ ወደመጣህበት ወይም ወደምታውቀው ሰው ባቡር ሳያቆም መሄድ አለብህ" አለኝ።

ከው ብዬ ደነገጥኩ። 'ሊገሉህ!' ያለው ቃል ይበልጥ ሰቀጠጠኝ።

"እየሰማኸኝ ነው?" አለኝ የነገረኝ እንደገባኝ ለማረጋገጥ።

"አዎ ሰምቼሃለሁ! ልሄድበት የምችልበት ቦታ ግን የለኝም" አልሁት።

"እንግዲያው እዚህ ፓርክ ውስጥ ከእኩለ ሌሊት በኋላ እዚህ መሆን አይቻልም፤ ከመንገዱ ማዶ መሄድ አለብህ" አለኝና መኪናው ውስጥ ገባ።

መንገድ ስጀምር ይባስ ብሎ ዝናብ ማካፋት ጀመረ። የፖሊሱ መኪና ተመልሳ መጣች። የኋላ በሩን ከፍቶ ግባ አለኝ። ገባሁ! ወደ ከተማው እምብርት መኪናውን ነዳትና የሆነ አጭር ሕንፃ ሥር አቁሞ ወርዶ አንኳኩቶ የሆነ ሰው አናገረ። ወደ ጣቢያ የሚወስደኝ መስሎኝ ደስ ብሎኝ ነበር ቢያንስ ከብርዱ ለመሸሸ። እሱ ግን የወሰደኝ ቤት የለሾች ወደሚያድሩበት መጠለያ ነው።

"ሞልቷል አሉኝ! ከዚህ በላይ ልረዳህ አልችልም" ብሎ ወደ አመጣኝ አቅጣጫ መለሰኝ።

ከ'ፓርክ ስትሪት' ባቡር ጣቢያ ፊት ለፊት ካለው የቤተክርስቲያን በረንዳ ሰዎች ኩርምትምት ብለው ተቀምጠው አየሁ፤ ከዚያ ሄድሁ። ከብርዱ ሳይሆን ከዝናቡ ተጠልዬ ተቀምጬ እያናወዝሁ ሌሊቱን አሳለፍሁ።

ቀን ላይ ፓርኩ ውስጥ ባለው ሣር ላይ ተኝቼ ዋልሁ። በነቃሁ ቁጥር ያለሁበትን ሲአል እያሰብኩ አምላኬን 'ከዚህ አውጣኝ' እያልሁ ተማፀንሁ። ከሥቃዩ በላይ ደግሞ ራበኝ - በጣም ራበኝ።

ከሰዓት ፖሊሱ የወሰደኝ መጠለያን ሻንጣዬን እየጐተትሁ ፈለኩት። ሻንጣዬን ስጐትት የሚያዩኝ ሐበሾች ተናካሽ ውሻ እንደሚያባርራቸው ሁሉ በርግገው አቅጣጫቸውን ቀይረው ይሄዳሉ። አንድ በቅርብ የማውቀው ታክሲ ነጂ ሲያየኝ ወደ ወንበሩ ሥር ተንሸራቶ ሲደበቅ አየሁት።

ከብዙ ዙረት በኋላ መጠለያውን አገኘሁት። ሰልፍ ተጀምሯል፤ አንዱን 'የኔ ቢጤ' ጠየቅሁት የምን ሰልፍ እንደሆነ።

"ፋክ ዩ!" አለኝ ለጠየቅሁት መልስ ሳይሰጠኝ።

ፌስታልና ባጋቸውን በማየት ገመትኩና ዝም ብዬ ተሰለፍሁ።

ምሽት ላይ ወደ ውስጥ እየገባን ተመዘገብንና እቃችን ላይ የምናስረው ታግ ተሰጥቶን ወደ ውጭ ወጣን። አብዛኛው ያጤሳል፤ ትናንሽ ብልቃጦች ውስጥ ያለ አልኮል ይጐነጫል፡፡ ከምሽቱ ሁለት ሰዓት ላይ እየተፈተሽን መግባት ጀመርን።

ስሜ ሲጠራ ገባሁ።

"ድራግ ይዘሃል?"

"አልያዝኩም" አልኩ።

ኪሴ እየተገለበጠ ተፈትሼ ገባሁ። አንደኛ ፎቅ ላይ አንድ የወንድና የሴት መጸዳጃ አለ፤ ለዚያ ሁሉ ወፈ ሰማይ።

ሳሎኑ ላይ ከኔ በፊት ገብተው እንደተቀመጡት ወንበር ስቤ ተቀመጥሁ። ራት ማንሳት ተጀመረ። ሄጄ ተቀበልኩ። የምግብ ማጣፈጫው ርሃብ ነው ይባል የለ፤ የተሰጠኝን ሳላጣጥም ጥርግ አርጌ በላሁና ሻይ ከለስሁበት።

ተሰልፎ የጠበቀው ሁሉ ገብቶ ታጭቆ ወንበሩ ሞላ። ከአንድ ሰዓት በኋላ ወንበሮች እየተነባበሩ ተነሱና ወደ ወለሉ በየቆምንበት ተቀመጥን። ምንጣፍ፣ አንሶላ፣ ብርድ ልብስ አይፈቀድም። የለበስነውን የቀን ልብስ እንደለበስን ሴቶችም፣ ወንዶችም በአንድ ላይ ጫማችንን እየተንተራስን ተኛን። ፀጥታ የሚጠብቁ፤ የሚረብሸውን የሚያባርሩ አራት ሰዎች እንደ ንሥር እያዩን ምግብ ማከፋፈያው ውስጥ ይንጎራደዳሉ።

ከቤተክርስቲያን በረንዳው አንፃር ገነት የገባሁ መሰለኝና ጧ ብዬ ተኛሁ። ከሌሊቱ አስራ አንድ ሰዓት ላይ በጭብጨባ አስነሱን። እየተጠባበቅን ፊታችንን እየታጠብን፤ ተቀድቶ የተቀመጠ ሻይና ደረቅ ዳቦ እያነሳንና ያን እየበላን ወርደን በተሰጠን የመለያ ቁጥር እቃችንን እየያዝን ወጣን።

አብዛኞቹ ወደሚሄዱበት አቅጣጫ ተከተልኳቸው። የውጩን ብርድ ለመቋቋም በየባቡር ጣቢያው እንደሚገቡ አወቅሁ። ስለዚህ 'ኖርዝ ስቴሽን' ከሚባለው ባቡር ጣቢያ ገብቼ ወንበር ላይ ቁጭ ብዬ ሳንጐላጅ ቆየሁ። ሲነጋ ቀን ካየሁት ክርስቲያኑም ሙስሊሙም መግባት ከሚችልበት ቤተክርስቲያን ሄድሁ። ለጸሎት ሳይሆን ብርድ በሌለበት ተቀምጦ ለማንጐላጀት።

ወለል ላይ መተኛቱ፣ ሻንጣ ሲጐትቱ መዋሉ፣ሜዳ ላይ መተኛቱ፣ ወደ ባቡር ጣቢያ እየሄዱ መጐለቱ የቀን ተቀን ውሎ ሆነ። በኋላ አንድ ጥሩ ሁለተኛ መጥፎ አጋጣሚ መጣ።

የሻንጣዬ ጐማ ተገንጥሎ ስለወደቀ መጐተቱ አሳቀቀኝ፤ ስለዚህ ደራርቤ ልይዘው የምችለውንና ዶክመንቶቼን የምይዝበትን ትንሽ የእጅ ቦርሳ አስቀርቼ ሌላውን የቆሻሻ ማጠራቀሚያ ገንዳ ውስጥ ጣልሁት።

ገላዬን ለቀናት አልታጠብኩም፤ ሰውነቴ ተገቢውን ፕሮቲን ማግኘት ስላልቻለ ደከመብኝ። በተለይ ጠዋት ርሃቡን አልቻልኩትም። ልሸጥ ልለውጠው የምችለው የጋብቻ ቀለበቴን ብቻ ነው። የአንገት ሐብሌን ለጥንቃቄ ከሻንጣዬ ውስጥ ከትቼ ረስቸው ከእቃዎቼ ጋር መጣሌን ያወቅሁት ከቀናት በኋላ ነው።

ስለዚህ በርሃብ ላለመሞት የጋብቻ ቀለበቴን ለመሸጥ አሰብሁ። ይህን በማሰቤ ራሴን ጠልቼ አለቀስሁ። ዕንባዬ ግን ወደ ውጭ አልፈሰሰም፤ የዕንባዬ ምንጭ እየደረቀ ስለሄደ።

'ወርቅ እንገዛለን፣ እንሸጣለን' ወደሚል መደብር ፈራ ተባ እያልሁ ተጠጋሁ። ቀለበቴን ከጣቴ አውልቄ አየሁት። ሁለት ሺ ዓመተ ምሕረት ተጽፎበታል - ጋብቻ የፈጸምሁበት ዓመት። ያ ሕይወቴን ወደ አዲስ ምዕራፍ የቀየረው የፍቅርና ደስታ ቀለበት ሊሸጥ ከጣቴ ወለቀ።

“ሜይ አይ ሄልፕ ዩ” አለኝ ሻጭና ገዥ።

እዚህ አሜሪካን አገር ሻጭና ገዥ፣ ሰጭና ወሳጁ፣ አበዳሪውና ተበዳሪው ሁልግዜ እንደ ሳንቲም ገጽታ አንድ ላይ ናቸው።

“የጋብቻ ቀለበቴን ለመሸጥ ነበር” አልሁት፤ ስሜትም አልሰጠውም።

የጋብቻ ቀለበቴ የሚለውን ትቶ ለመሸጥ ነበር የሚለውን ሰምቶ ቀለበቱን ወስዶ አየና መዘነው። ለማዘን ግዜ የለውም - ትርፍ ለማግኘት እንጂ!

“ሰማንያ ዶላር” አለኝ።

ዐይኔን እያቁለጨለጭሁ በምልክት ተማፀንሁት።

“ትሸጣለህ?”

“አዎ!” አልሁ።

ዶላሩን ቆጥሮ ትዝታዬን፣ ክብሬን የያዘውን ቀለበቴን በትንሽ ገንዘብ ቀማኝ። አለቀስኩ - በዕንባ አልባ ዐይኖቼ። ልቤ ስብርብሩ ወጣ። በአንድ ጊዜ ባዶነት ተሰማኝ፤ ከሐዲነት ተሰማኝ፤ ሽንፈት ተሰማኝ።

እንደ ኦቴሎ “እፍ” አልኳት ፀሐይን፣ እፍ አልኳት ጨረቃን፣ እፍ አልኳቸው ከዋክብትን።

ከቀናት በኋላ ደም ሥሬን በጥሶ፣ ሕሊናዬን አሳክሮ፣ የሕሊና ክብሬን ትቢያ ላይ ያንከባለለው ገንዘቤን ጨረስሁ።

ሰው የገዛ ጣቱን ይፈራል - ጣቶቼን ማየት ፈራሁ። ስቀመጥም፣ ስሄድም ከሚያስጨንቀኝ ጥያቄዎች መሸሽ ተሳነኝ።

'ለምን ጌታሆይ ለምን? ይሄ ለእኔ ይገባልን? ለምን. . . '

ስቀመጥ፣ ስቆም፣ ስራመድ፣ ተኝቼ ስነቃ አእምሮዬ ውስጥ ሳያቋርጥ የማስበው ነበር።

ሕሊናዬ እረፍት አጣ፣ ሻወር ያላገኘ ገላዬ ለእኔም ለራሴም ቀፈፈኝ!

ትንሽዋ መልአክ

አንድ ቀን ከ'ፓርክ ስትሪት' ወደ 'ሴንትራል ስኩዌር' ለመሄድ ትኬት ለመግዛት አምስትና አንዳንድ ሳንቲሞች ስከት ማሽኑ እየጀመረ በማቆም አልቀበል አለኝ። አንዲት ሐበሻ፤

“ድፍን ሳንቲሞች አለኝ ከፈለክ” አለችኝ።

በአግራሞት ትክ ብዬ አየኋትና ተቀበልኳት። ዐይኖቿ ውስጥ ትሕትና አለ፤ ማዘን አለ፤ አመሰገንኳት፤ መረቅኳት።

“አዲስ ነህ?” የተለመደ ስለሆነ ጥያቄዋ ገብቶኝ።

“አዎ!” አልኳት።

ወደ ባቡሩ ውስጥ እያወራን ገባን። ጠረኔ ይከብዳታል ብዬ ከሷ ራቅ ብዬ ቁጭ አልሁ። እሷም ስለገባት የሚያዝናና ጨዋታ ጀመረች። 'ሴንትራል ስኩዌር' ስንደርስ፣

“ጊዜ ካለህ ቡና ላፍላልህ?” አለችኝ።

“ቤቴ ከባቡር ጣቢያው ብዙ አይርቅም” አለችኝ አከታትላ፤ እሺም እምቢም ለማለት እንደተቸገርኩ ገብቷት።

ራሴን በማወዛወዝ እሽታዬን ገለጽኩላት፤ ሙሉ በሙሉ ባላምናትም፤ ወደ ቤቷ አቅጣጫ ሄድን። ውስጥ ስገባ በጠረኔ ተሳቀቅሁ። ቤቷ የሐበሻ ቤት ጠረን አለው፤ ከምትሰራው የሐበሻ ምግብ የመጣ - የአገሬ ምግብ ራበኝ።

"ሶፋ ላይ ቁጭ በል፣ ቶሎ ሽሮ እሰራልሃለሁ። ቡናም ትጠጣለህ" አለችኝ።

ቋንቋዋ ሰው ስለራበኝ ነው መሰል እንደ ማር የሚጣፍጥ ሆነብኝ።

ዕንባዬ አሁንም አሁንም በዐይኖቼ ግጥም ይላል። እንደ ከስኬ ወንዝ ውስጥ ለውስጥ እየሰረገ በአሸዋ ውስጥ የሚፈሰውን ዕንባዬን አላየችውም። እየደማ ያለውን ልቤን፤ የተንኮታኮተውን ሞራሌን አላየችውም። በእሷ ውስጥ እየሱስ ክርስቶስ ታየኝ። ሐበሻ እንዲህ መልካም ሊሆን፣ ሊያዝን ይችላል? ምስጋናውን ለእሷ ላለመስጠት ዳዳኝ - ሙሉ በሙሉ የፈጣሪ እጅ እንዳለበት በማመን።

"እባክሽ ገላዬን እንድታጠብ ፍቀጅልኝ?" አልኳት ተሸማቅቄ።

"እሺ!" አለችና ቀልጠፍ ብላ፤ መታጠቢያ ክፍሏ ገብታ የምታስተካክለውን አስተካክላ ፎጣ አዘጋጅታ፤

"ግባ ታጠብ" አለችኝ።

ወይ እግዚአብሔር! ሰውነቴ ላይ ለብ ያለ ውኋ ፈሰሰ። ነጩ መታጠቢያ ገንዳ የደፈረሰ ጐርፍ የሚፈስበት መሰለ። አራት አምስት ጊዜ ሳሙና እየቀባሁ ታጥቤ፣ ሰውነቴን አደራርቄ የቆሸሸ ልብሴን መልሼ ለብሼ ወጣሁ። ግን ቅልል አለኝ፤ ቢያንስ ጠረኔ ተለወጠ። ከሳምንታት በኋላ ሰውነቴን ታጠብኩ።

እንደ እናቴ ድምፄን ቀንሼ "እልልልል. . .!" አልሁ።

ልጅቷ ስሜን አልጠየቀችኝም፤ ስሟንም አልጠየኳት፣ ስልክም አልተቀያየርንም። ግን አብልታ፣ አጠጥታ ሸኘችኝ። የማውቀውን ፈጣሪና ታቦት እየጠራሁ አመሰገንኳት።

ከዚያን ቀን ወዲህ ከሌሎች የተለየችውን የሐበሻ መልአክ አይቻት አላውቅም።

ውለታዋን ግን ለደቂቃም ዘንግቸው አላውቅም። ውለታዋን እንዴት መክፈል እንዳለብኝ ሳስብ ዓመት ሞላኝ። ከዓመት በኋላ ቤቷን ፈልጌ ላመሰግናት እቁብ ገብቼ ያዘጋጀሁላትን ስጦታ ይዤ ሄድሁ።

ቤቷ ታሽጓል።

“የት ሄደች?” ብዬ ስጠይቅ፤

“ከአንድ ወር በፊት ራሷን አጠፋች” አሉኝ።

ምርር ብዬ አዘንሁ። ትዝ አለኝ ደግነቷ፣ ትሕትናዋ፣ አዛኝነቷ፣ ለጋስነቷ . . . ስቅስቅ እያልሁ አነባሁ፤ ዕንባዬ ይመልሳት ይመስል። ገነት እንደምትገባ ፍጹም ርግጠኛ ሆንሁ! ይገርማል! እኔ በሞት አፋፍ ላይ የነበርሁት ቆሜ፣ እሷ ቀደመችኝ። እኔን አትርፋ እሷ ሞተች - ተከፍሎ የማያልቅ እዳ አሸክማኝ!

ከዚህ በኋላ 'ግሬተር ቦስተን' በሚባለው ተቋም በመስተንግዶ ተመርቄ ሥራ ያዝሁ። አዲስ ትግል፣ አዲስ ሥቃይ እየተፈራረቀብኝ ሕይወትን መግፋት ጀመርሁ።

አወዳደቁ የከፋውን የሚገፋው የአሜሪካ ሲስተም በጠንካራ ጥርሶቹ እየሸረማመደኝ፣ ስነሳ እየወደቅሁ፣ አለፈ ስለው አዲሱ ሥቃይ በአዲስ መልክ እየተመለሰ መኖር ቀጠልሁ።

እንደተላጠ የኤሌክትሪክ ሽቦ ይዞ እንዳያሰቃየኝና እንዳይገለኝ ሐበሻን እየሸሸሁ፣ ያሳለፍሁትን እንዲያስረሳኝ ወደ ዩንቨርስቲ ሄድሁ፤ ካለ 'እንኳን ደስ አለህ' ግርግር ጋዋን ለብሼ ተመረቅሁ።

'ኑሮ ካሉት መቃብር ይሞቃል' ብዬ ተስፋ ቆርጬ ብቻ እንዳልንበረከክ ጥርሴን ነክሼ መኖር ቀጠልሁ፤ ካለ ፍቅር፣ ካለ ተስፋ!

'የዳውን ዳውን' ን አዝማች ሳልሰማ፣ የአንዳንዶች አታካች ዜማ ሳይመስጠኝ፣ የፖለቲከኞችን ውኃ የማያነሳ የሁሌ የውድቀት አቅጣጫ ሳላይ፣ ብቸኝነቴን፣ ኀፍረቴን፣ ሽንፈቴን ውጬ ፀጥ ረጭ ብዬ ኖርሁ!

ሳላጥር አንሼ፣ እያወቅሁ አላዋቂ ሆኜ፣ ሲሰድቡኝ አንገቴን እየደፋሁ፣ ሲቀሙኝ የቀረውን እየጨመርሁላቸው፣ ሰው መሆኔን ብቻ ይገኖ ይኸው ነፍሴን በጥፍሬ ይገኖ እስከአሁን ኖርሁ።

አያቴ "በጐንህ የምትተኛበት ጊዜ ገና ነው" ትለኝ ነበር፤ አጥና አትተኛ ለማለት። ሰውነታችን ሊወፍር ሲል ደግሞ "ምነው ሐሳብ ብትጨምሩበት" ትለን ነበር።

የአሜሪካ ሕይወት በተለይም የእኛው በእኛ ጥቃት በጐን የማያስተኛ ነው። ይብላኝ እንደ እኔ እዚህ መጥቶ ከደስታ ዙፋኑ ለሚወድቅ! ይብላኝ ሰው እየተጣሩ በተዘጋው በር በስተኋላ ለቀሩ!

እኔም ሆንሁ የኔ የነበረው ቤተሰብ ፍቅርና ደስታ የጐደለው ሕይወት ኖረናል። ለዚህ ውጤት ዋናው ምክንያት ደግሞ የፍቅርን ቦታ ንዋይና ዝና መተካቱ ነው። ወንድ ጋብቻ ለመጠየቅ ሽማግሌ ሲልክ ጥያቄው 'ሊያስተዳድራት የሚችል ሐብትና ሥራ አለው?' እንጂ 'ይፋቀራሉ ወይ?' አይደለም።

ለፍች ዋናው ምክንያት ግን ፍቅር አለመኖር ነው። ፍቅር ሳይኖር ትዕግሥት አይኖርም፤ ፍቅር ሳይኖር ልበ ቅን መሆን አይቻልም፤ ፍቅር ሳይኖር ተስፋ ይጨልማል።

ካለ ፍቅር ትዳር ወንፊት ላይ የተቀመጠ ዱቄት ነው፤ እየበነነ፣ እየፈሰሰ ሁሌ የሚቀንስ . . . በመጨረሻም ባዶ የሚሆን። በፍቅር እንጋባለን

አንድ እንሆናለን፤ ካለ ፍቅር እንገባለን ስንለያይ ደግሞ በገባንበት በር ተመልሰን እንወጣለን።

በሕይወታችን ከባድ የፈተና ማዕበል መከሰቱ አይቀርም። አንድ መሆን ያልቻሉ ባልና ሚስት መካከል በረጋግዶ መግባት የሚችል ንፋስ በቀላሉ ይለያያቸዋል። በፍቅር እሳት እንደ ወርቅ ቀልጠው አንድ የሆኑ ግን አብረው ይፈተናሉ፤ አብረው እየወደቁ ይነሳሉ፤ አብረውም ይጸናሉ - ፈተናውንም ያልፉሉ!

ፍቅር የሌለበትን ትዳር እስከ መጨረሻው የሚታደግ ኃይል የለም። አንድ ቀን ይበተናል! አንድ ቀን ይፈርሳል!

የ'አና ከረኒና' እና 'ዋር ኤንድ ፒስ' ደራሲ የዓለማችን ታላቁ የሥነጽሑፍ ሰው ሊዮ ቶልስቶይ ሚስት ሶፊያ ትባል ነበር። ቶልስቶይ በሰማንያ ሁለት ዓመቱ ሰላምንና ብቸኝነትን ፍለጋ ከቤት ወጥቶ ሳይመለስ እንደወጣ ቀረ።

ከጥቂት ቀናት በኋላ አነስተኛ ባቡር ጣቢያ ትንሽ ወረቀት ላይ ጫጭሮ ሞቶ ተገኘ። ወረቀቱ ላይ የአሰፈራት መልእክት እንደ ተመዘዘ ሰይፍ ፍላፃዋ እስከዛሬ አስፈሪ ነው።

የፍቅር እስከ መቃብር ደራሲ የተከበሩ ዶ/ር ሐዲስ ዓለማየሁ የፍቅር ታሪክ ደግሞ እንደ በርሃ አበባ ማድነቅ ብቻ ሳይሆን ግርምትን የሚጭር ነው። እውቁ ደራሲ ሙያቸው በነበረው የዲፐሎማሲ ተልእኮ ወደ ውጭ ሀገር ሲሄዱ ባለቤታቸው፣

"ከሐዲስ ጋር በተኛሁበት አልጋ ብቻዬን አልተኛም"

እያሉ ዳማከስይ ላይ ሰሌን እያነጠፉ ወለል ላይ ይተኙ ነበር።

ሞት አይቀርምና፣ ከዚህ ዓለም በሞት ሲለዩ ሐዲስ ዓለማየሁ ደግሞ፣

"ከእሷ ጋር በኖርሁበት ቤት ብቻዬን አልኖርም"

ብለው ቤቱን ለመዋዕለ ሕፃናት መዋያነት አበርክተው ሄዱ።

ሐዲስ ዓለማየሁ ባለቤታቸው ከሞቱ በኋላ በብቸኝነት፣ ባለቤታቸውን በልባቸው እንዳቀፉ ለብዙ ዓመታት ኖረው አለፉ - ከ'ፍቅር እስከ መቃብር' የበለጠ ፍቅር እስከ መቃብር በራሳቸው ሕይወት ውስጥ አስነብበውን!

ሥር የሰደደ አድናቆት

የመስተንግዶ የሦስት ወር ኮርስ ወስጄ ሁለት ሥራ ይዤ ቤት አፈላልጌ ተከራየሁ።

ባለቤቱ ሐበሻ ነው። ክፍሉን ሊያከራየኝ የተስማማው ሦስት መቶ ዶላር ነው። አንዲት ሻንጣዬን እየገፋሁ በተሰጠኝ አድራሻ ሄጄ አገኘሁት።

ሁለት ሕፃናት ልጆች አሉት። ባለቤቱና እሱን ተዋውቄ ክፍሌን አይቼ ያን ቀን አደርኩ። በነጋታው ደክሞኝ ስመለስ ባለቤቶች ቤት ነበሩ። ከፍቼ ገብቼ ሰላምታ አቅርቤ ወደ ክፍሌ ልሄድ ስል፤

“እንዴት፤ እንዴት ከፉ ሰው ነህ?” አለኝ ሰውየው።

ከው ብዬ ደንግጬ፤

“ምን አጠፋሁ?” አልሁ ጥያቄን በጥያቄ በመመለስ፤

“አገራችን በጣም የታወቅህ እንደሆንህ እኮ ሰማን። ምን ነበር ያን ቀደም ብለህ አንተው ብትነገረን፤ ገንዘብ እኮ አላፊ ጠፊ ነው፣ ዝምድና ይበልጣል። አሁን በል ና ቁጭ በል፤ ራት እየጠበቅንህ ነው” አሉኝ፤

ጥያቄ ሳይሆን በሚያስገድድ ሁኔታ። የተናገሩት በሙሉ ቅንነት የተሞላበት ስለሆነብኝ እውነትም ተሰማኝ።

ሳልግደረደር ሄጄ ተቀመጥሁ። እርግጥ ነው እኔ የምፈልገው ማደሪያ ቤት ነው። ከሥራ ውዬ ስገባ ጐኔን የማሳርፍበት። ሥራዬን ሳያነብ በዝና ለሚያከብረኝ ብዙ ቦታ የምሰጥ አይደለሁም።

"ካጠፋሁ ይቅርታ" አልሁ።

ሚስትየዋ ትንደፋደፋለች እራት ለማዘጋጀት።

ሰውየው ዘና ብሎ ስልክ ደወለ።

"እከሌ ነሽ? ደህና አመሸሽ. . . አሜሪካ ምን የማያዋርደው ሰው አለ" አላት

"እንዴት ጋሼ?" አለችው፤ ስልኳ እንዲሰማ ስላደረገው የመለሰችውን መስማት ቀጠልሁ።

"ይኸው ባገራችን እጅግ ታዋቂ የሆነ ሰው ተቸግሮ ከርሞ እኛጋ ደረሰ፤ አሁን ተመስገን እኛጋ ነው ያለው" አላት።

"ኧረ! ጉድ እኮ ነው - እሽ መጥቼ አየዋለሁ" አለች

"ነይ! እንጠብቅሻለን" ብሎ ስልኩን ዘጋው።

ሌላ ስልክ ደግሞ ደወለና ተመሳሳይ ነገር ነገራት። ቤት ተከራይቼ መግባቴ ቀርቶ በአንድ ጊዜ ያስጠጉኝ ሰው ሆንሁ።

ሁለቱ ሴቶች እስኪመጡ ኮሎራዶ ስልክ ደወለ፣

"እንዴት ከረምክ!" አለው ጓደኛውን፤

"ትናንት በስልክ ተገናኝተን እንዴት ነው - እንዴት ከረምክ?"

“ይልቅስ አክሌን ታውቀዋለህ?”

“ደራሲውን?” አለ

“አዎ!”

“ከእኔ ጋር ነው!”

“እንዴት ሆኖ?”

“አሜሪካ የማያዋርደው ማን አለ” አለው

“ዋ! አላምንህም እሱ እኮ...”ሲል ሳያስጨርሰው፤

“በል እሺ እንካ አናግረው” ብሎ አቀበለኝ ስልኩን።

ግራ የገባት ጦጣ ሆንሁ!

“ሄሎ!” አልኩ ከመበሳጨቴ የተነሳ ያለውን መስማት እየተጠየፍሁ።

ስልኩን እንደያዝሁ ሁለቱ ሴቶች ገቡና ሰላምታ አቅርበው ቁጭ አሉ።

“አይ ጋሼ መቼም ያንተ ደግነት ይገርመኛል፤ እጅህ አመድ አፋሽ ነው እንጂ” አለችው አጠር ያለችው።

“ከክፋት ደግነት ይሻላል - ይላል ያገሬ ሰው። እኔ ያው መቼም አንጀቴ አይችልም። በተለይ ትልቅ ሰው እንዲህ ሲዋረድ አልወድም” አለ።

እጁን ለመታጠብ ብድግ እያለና እኔንም 'ተነስ ታጠብ' በሚል ቀኝ እጄን ጉተት እያደረገ።

አመዴ ቡን ብሎ ደንግጬ ምግቡን ማላመጥ እንኳን አቃተኝ። ያች ምሽት እንደዚያ አለፈች። ጠዋት ለቁርስ ማታ ደግሞ ለራት ጊዜ ጠበቁኝ።

ጭንቀቴ ጨመረ፣ ነፃነቴ ጠፋ፣ ስሜቴንም መረዳት ሲያቅታቸው ቤቱን ትቼ ወጣሁ። ሌላ የሐበሻ ቤት ተከራየሁ።

ከስምንት ወራት በኋላ ከብዙ የሽምግልና ጥረት በኋላ ከባለቤቴ ጋር ታረቅን። ለሦስት ወራት አብረን ከቆየን በኋላ ባለቤቴ ቁጭ አድርጋ የመጨረሻ እምነቷን ገለጸችልኝ።

> “እኔ ሴት ነኝ፤ ሴት ልጅ ባሌ የምትለው የምትፈልገውን የሚያሟላላትን ነው። ባሌ ሆነህ ኖረሃል፤ አሁን ግን የምፈልገውን ስለማታሟላልኝ ባሌ ብዬ ከአንተ ጋር መኖር አልችልም፤ ስለዚህ የከፋ ነገር ሳይገጥምህ ወጥተህ ሂድልኝ” አለችኝ።

ከመበሳጨት ይልቅ 'የአሜሪካ የሕይወት ጫና ተጽዕኖ ነው እንደዚያ ያናገራት' ብዬ አሰብሁ። የማፈቅራት እሷም የምታፈቅረኝ የምትመስለኝ ሴት 'በመከራህ በመከራሽ፤ በአጣህ በአጣሽ፣ በታመምህ በታመምሽ . . . ጊዜ ላልለይሽ' ብለን መስቀል ከያዘ ቄስ ፊት ቆመን የገባነው ቃል ኪዳን በዚያ መልክ ሲወርድ እውነት ትንፋሿ ቆሞ ሞተችብኝ።

እንደገና ቤት የለሽ ሆኜ ሸልተርና መኪና ውስጥ በማደር የደረት አጥንቴ እስኪጣመም በብቸኝነቴ በሥቃይ ወደኋላ ሳላይ መኖር ጀመርሁ።

ዕድሜ ልኬን የተመኘሁት የቤተሰብ ሕይወት እንደቀልድ በመጨረሻ ፈረሰ!

ገንዌ በቀንድ ማንከያ

አሜሪካ ሰፊና ታላቅ ደሴት ነች፤ ዙሪያዋን በዓለማችን በሚገኙ ሁለት ታላላቅ ውቅያኖሶች ግራና ቀኝ የታቀፈች፣ በርካታ ውብ መልክዐ ምድር ያላት፣ ወደ ሰማይ ቢቀጣጠሉ ፀሐይ አካል የሚደርሱ የሚመስሉ ውብ መንገዶችና የባቡር ሐዲዶች ያሏት፣ የቴክኖሎጂ ቁንጮ ናት።

ሐዋይን የመሳሰሉ የመዝናኛ ቦታዎች፣ ሚሲሲፒን እና የኮሎራዶ ወንዞች፣ ኒውዮርክ እና ላስ ቬጋስ፣ 'ጐልደን ብሪጅ' እና የውቡ 'ግራንድ ካንየን' መገኛ ናት!

ሁሉም ጋር መሠረታዊ አገልግሎቶች የተሟሉላት፣ አራሹ ከከተሜው የበለጠ በምቾት የሚኖርባት ናት! በአሜሪካ መንገዶች በሚልዮን የሚቆጠሩ ተሽከርካሪዎች በሕግና ሥነ-ሥርዓት ሃያ አራት ሰዓት የሚፈሱባት፤ ቀንና ሌሊት የሚሰሩ ሕዝቦቿ የሚኳትኑባት።

ሁሉም ወርሀዊ ዱቤውን ('ቢሉን') ለመሙላት የሚፈጋባት፣ እንደ ንብ ላይ ታች የሚራወጥባት፣ ጊዜ ወርቅ የሆነባት፣ መኝታ ብርቅ የሆነባት፣ ውድድሩ የተጧጧፈባት፣ የአኗኗር ዘይቤው እንደ ሰማይና መሬት የተራራቀባት ነች - አሜሪካ!

በአሜሪካ ልኩ የማይታወቅ ድሎት አለ፤ በየቀኑ አዳዲስ ሞዴል ተሽከርካሪና ዕቃዎች ገበያ ላይ ይውላሉ። ኤሮፕላንና ጀልባዎች፣ ሕዝቡን የግብይት ሱስ ያስያዙ የገበያ ቦታዎች፣ እንደየወቅቱ እንደ ገና መብራት ምርታቸውን እየቀያየሩ የሩጫ ዙሩን የሚያከሩ ያሉባት።

በአሜሪካ ጊዜ አግኝቶ ወሬ የሚቃርም እምብዛም የለም፤ ነገር ግን ብዙ ወንጀሎች በየቀኑ ይፈጸማሉ፤ ሆስፒታሎች በሬሳ ይሞላሉ። የዘር

መድልዖ አለ፤ በአፍሪካን አሜሪካኖች ትግልና ተጋድሎ ልዩነትን ቢቀንሰውም አሁንም የቀለም ልዩነቱ እንደተንሰራፋ ነው። ጥቁር መሆን በአሜሪካ አሁንም ያስፈራል! ዓለምን በኀፍረት አንገት የሚያስደፉ ግፎች በዚህ አገር አሁንም ይፈጸማሉ።

ያም ሆኖ ሥርዓትና ደንብ አለ፤ ሕግ አለ፤ በስደት ወደ አገሪቱ የገባ ዜጋ የመሆን መብት አለው። እንደ አገራችን ሰው ወልዶ ከብዶ በኖረበት አካባቢ ዘለዓለም መጤና መብቱን ያጣ አይሆንም።

ከሁሉ በላይ ደግሞ አሜሪካ የስደተኞች አገር ናት - በዓለማችን ብቸኛ የሆነች። የከፋቸው፣ የተገፉ፣ ነፃነት የተራቡ ከሁሉም አገር መጥተው የሰሯት አገር። ስለዚህ አሜሪካ የስደተኞችን መብት የሚያከብር ሕግ አላት።

በእድሜ የገፉ ይከበራሉ፤ መጠለያና ሕክምና ያገኛሉ። አሜሪካውያን ኤሮፕላንን መፍጠር ብቻ ሳይሆን አዘምነው ዓለምን መንደር አድርገዋል፤ ግንኙነትን አቅልለዋል፤ በምድራችን ገነትና ሲኦል የሚገኙት እዚህ ነው እስከማለትም መላምት ማቅረብ ይቻላል።

ሕይወት አጋዳብኝ በነበረበት ጊዜ ካሳሁን የሚባል ጓደኛዬ 'ሎጋን ኤርፖርት' ይሠራ ነበር። 'ሞልደን' በሚገኝ የሐበሻ ምግብ ቤት አብረን ምሳ ለመብላት ተቀጣጠርን። ትንሽ ዘግይቶ አንድ ሻንጣ የምትጐትት ወጣት ሴት አስከትሎ መጣ። "ተዋወቁ!" አለኝ።

በኢትዮጵያኛ እቅፍ አድርጋ ሳመችኝ፤ እንደዚያ ያለ ሰላምታ ከዚህ ባለው ሐበሻ አጋጥሞኝ አያውቅም። ዐይኖቿ ቀልተዋል፤ ድክም ብሏታል።

"ከአዲሳባ ነው የመጣችው፤ ግራ ተጋብታ ኤርፖርት ውስጥ አየኋት። የሚቀበሏት ሰዎች ከ'ሜይን' ነው የሚመጡት ከሥራ ሲወጡ ማታ" አለኝ።

"… ከዚያ ነይ ምሳ እንብላ ብዬ ይዣት መጣሁ አጠፋሁ?" ብሎ ሳቀ።

ስለ ደግነትና ቅንነቱ አመሰገንሁት። እየተጫወትን ምሳ በላን።

በኋላ ልጅቱ ይበልጥ ደከማት። ሁለታችንም ተጨነቅን። ካሳሁን ከዋሽንግተን ዲሲ በቅርቡ ነው የመጣው፤ የሚኖረው በተራ በሚተኛባት አንድ ክፍል ነው። አንዱ ሥራ ሲሄድ ሌላው ገብቶ ይተኛል፤ ሌላው ተነስቶ ሲሄድ ያኛው ገብቶ ይተኛል።

እኔ የምኖረው መኪናዬ ውስጥ ነው። የደረት አጥንቴ መኪና ውስጥ በመተኛት ተጣሟል፤ ለስምንት ወራት መኪና ውስጥ መንገድ ዳር አድሬያለሁ። እንቅልፌ ሄድ መለስ ስለሆነ በቂ እንቅልፍ አላገኝም።

ኑሮዬን ለአንድም ሐበሻ ተናግሬ አላውቅም። መጠቋቆሚያ ከመሆን ውጭ ችግርን መናገር ፋይዳ የለውም። መቸገርን ሲያውቁ ይባስ ብለው ለእግዜር ሰላምታ እንኳን ይሸሹ ይሆናል።

ስለዚህ ሥቃዬን ለመደበቅ የጂም አባል ሆንሁ፣ ስፖርታዊ እንቅስቃሴ ግን አላደርግም። ጂሙን የምጠቀመው ሻወር ለመውሰድና በብርድ የሚቆራረፈደውን ሰውነቴን በሳውና ሙቀት ለማዝናናት ነው። ልብሴን ላውንደሪ እያደረኩ፣ ሻወርና ሳውናዬን እየተጠቀምኩ ሚስጥሬን ደብቄ ለወራት ስለኖርሁ እንግዳዋ የምትተኛበት ቦታ የለኝም።

ያን ችግሬን ደግሞ ራሱ ካሳሁን አያውቀውም ስለዚህ፤

"እባክህ ለተወሰኑ ሰዓታት አንተጋ ትረፍ" አለኝ።

"አልችልም!" አልሁት።

በትዝብት ትክ ብሎ አየኝ። ልቤ በኀዘን ስብር አለ። ያኔም ግን እውነቱን ደበቅኩት።

ዘና ብዬ ከተኛሁ ወራቶች ተቆጠሩ። በበረዶ ወቅት ቅዝቃዜው ከዜሮ በታች ሲሆን መኪና ውስጥ መተኛት ሥቃይ ነው፤ በአንድ አቅጣጫ እግርን ሸቅብ ሰቅሎ መተኛት ያስፈልጋል፤ ምክንያቱም እግርን ዘርግቶ የሚያስተኛ በቂ ስፋት የለም።

መንገድ ላይ መኪና ውስጥ ሲተኛ የራስ ትንፋሽ እየቀዘቀዘ ከመስታወቱ ላይ ይለጠፋል፤ በበጋ ወቅት ደግሞ መስኮት ከፍቶ መተኛት ስለማይቻል በወበቁ ላብ በላብ ሲሆኑ የራስን ጠረን ለማፅዳት ይከብዳል።

> "እንግዲህ ያለው አማራጭ እኔ የማድርበት ቤት ጊዜ ካለህ በአንተ መኪና አድርሰን። ቀን ገብቶ የሚተኛው ስለሚደከመው አይነቃም፤ እንግዲህ ያለው አማራጭ እዚያ ትንሽ እንድታርፍ ማድረግ ነው" አለኝና ይዣቸው ሄጄ ልጅቷን አስገባት።

ከዚያ እሱን ሥራ ቦታ ላደርሰው ሄድሁ።

> "አምስት ሰዓት ላይ እባክህ ፒክ አርጋት፤ ከ'ሜይን' የሚመጡት ተቀባዮቿ ጋር 'ደድሊ' ካለው የሐበሻ ሱቅ የተቀጣጠሩት በስድስት ሰዓት ለመገናኘት ነው" አለኝ።

ልጅቷ መከራ የምትችል ዓይነት ነች - በማይመቸው መስተንግዶ ተጠቅማ ቅልልና ዘና ማለቷ ያስታውቃል። እውነትም ካሳሁን፣ ልጅቷና እኔ ስንደርስ አንድ ኤርትራዊ እናትና ልጃቸው ሲጠብቁን አገኘናቸው።

ሰላምታ ተለዋወጥን፤ ልጅቱና እናትየዋ አይተዋወቁም፤ አሳዘነችኝ ልጅቷ። ጋብቻዋን ከፈጸመች ገና ወር አልሞላትም፤ ስለ ባሏ መልካምነት አውግታኛለች። ባንድ ጊዜ ግን ወደሚያንዘፈዝፈው ብቸኝነት እየገባች ነው።

እኔ በሐሳብ ስምጥ ብዬ ሳስብ ካሳሁንና ሴትዮዋ የሞቀ ወሬ ጀመሩ።

"በየወሩ ከሜይን ጤፍ ለመግዛት እዚህ እንመጣለን" ሲሉ፤ "ሜይን እንዴት ነው? ጥሩ ከተማ ነው?" አልኳቸው።

"አዎ! ሃያ አንድ አመት ኖርንበትኮ" አሉ፤ አማርኛቸው ውስጥ የትግርኛ ቃና አለበት።

"አይታችሁት አታውቁም - ሜይንን?"

"እንዲያውም! ብናየው ግን ደስ ይለናል" አለ ካሳሁን።

"ታዲያ ኑዋ! አፈር ስሆን ኑ" አሉ።

እንዲህ ዓይነት ቅንነትና ደግነት ሰምቼ የማውቅ አልመስልህ አለኝ። ዐይኔ በአንድ ጊዜ በዕንባ ተሞላ።

"እባካችሁ ኑ!"

"እሺ!" አልኳቸው ከልቤ 'ሰው ያስባል፣ እግዜር ይፈጽማል' በሚል እምነት።

"እሺ የሚቀጥለው እሑድ ሚካኤል ነው ኑ! ቤታቻን ሰፊ ነው። ባለቤቴም እንግዳ የሚወድ ቅን ሰው ነው። እሑድ እንጠብቃችኋለን" አሉ።

"እሺ!" አልኳቸው፤ ካሳሁን ግን እንደማይመቸው አረጋገጠ።

"ሚካኤልን ብለህ ማልልኝ" አሉኝ።

ማልኩላቸው፤ ዕንባዬን ያዩት አልመሰለኝም። ዕንባዬ መታየት ሳያቆም አይቀርም እንጂ ከዐይኖቼ እየወጣ ወደ ጉንጮቼ እየፈሰሰ ነበር።

እሑድ አድራሻቸውን GPS ላይ ሞልቼ ጉዞ ጀመርሁ። በ'ማንቼስተር' አልፌ ሲከፋኝ ወደምሄድበት ውበት የተጎናፀፈው ተራራማውን 'ኒው ሃምሻየር' አልፌ ተጓዝኩና ከፍቱን ተጥሎ ያደረ መንገድ በኩል አልፌ ጭር ያለች ከተማ ደረስሁ።

ሁለት ሦስት ደቂቃ ሲቀር አቀበት ወጣሁና ስማቸውን እንኳን ከማላውቀው ሰዎች ቤት በራፍ ደረስሁ።

መኪናዬን አቁሜ ስወርድ የቤቱ በር ተከፈተ፤ በፈገግታ በተሞላ መንፈስ ተቀበሉኝ። ወደ ቤት ስገባ ትልልቅ የመላእክት ምስል አየሁ። ጧፍ፣ እጣኑ፣ ከርቤው፣ ሻማው ከሥር አለ። ከጐን ጠበብ ያለ ሶፋ አለ፤ ከፊት ለፊት ስኒ የተደረደረበት ረከቦት በግርማ ሞገስ ተቀምጧል።

ሻማ በርቷል፤ ዳቦው ጽላት መስሎ ተሸፍኗል፤ ስኒው ረከቦቱ ላይ ኮረብታ መስሎ ተቀምጧል፤ ፈንድሻው ብረት ድስት ውስጥ እየተፈነጣጠረ ነው።

ልጆች በትሕትና መጥተው ሰላምታ ሰጥተውኝ ወደየክፍላቸው ተመለሱ።

"ቁጭ በል" አሉኝ፤ አበባ የመሰለ ጋቢ ጀርባዬ ላይ አመቻችተው እያስተካከሉ።

እንግዳዋ ልጅና እሳቸውም ጋቢ ለብሰዋል፤ 'ሜይን' በጣም ብርድ ስለሆነ ጋቢ መልበሱ አይበዛም፤ ነገር ግን አገሬ የገባሁ፣ ቤተሰቤ ጋር የሆንሁ ይመስል ደስ አለኝ።

"ጠላ ትጠጣለህ መቼም?" አሉኝ እየቀዱልኝ።

"አዎ!" አልሁ።

"ዳቦውን ቁረሰው" አሉኝ፤ እየሳቅሁ በጠፋኝ ጸሎት ባርኬ ቆረስሁት።

ድፎ ዳቦው፣ ፈንዲሻው በሰሐን ቀረበልኝ፤ አከታትሎ በአንድ ትሪ ራት ቀረበ - የዶሮ ወጥ፣ አይብ፣ ጥብስ! እንደ እናት እያጐረሱኝ በላን።

ያጣሁትን ፍቅርና ከፍትፍቱ ፊቱ እንዲሉ በደስታ የተሞላ ቸርነት እያሳዩኝ በልተን ቡናችንን ፉት ማለት ጀመርን። ማታ ማታ ቡና አልጠጣም - እንቅልፍም ያዛባል ብዬ ስለማስብ፤ ያን ቀን ግን ትንፍሽ ሳልል ሁለት ስኒ ቡናዬን ላፍ አደረግሁ።

ሴትዬዋ ስለ አለፈው ደግ ዘመን፣ ስለነበረው ፍቅር፣ አሜሪካ ውስጥ ስለገጠማቸው ውጣውረድ፣ ስለ ሃይማኖትና መባን መስጠት ብዙ አወሩኝ።

"እህ!" እያልሁ አዳመጥኋቸው።

የእንግዳዋን የሠርግ ሥነ ሥርዓትም ትንሽ በጋራ አየን። ልጅቷ ያሰበቻት አሜሪካና ያገኘቻት አሜሪካ አልጣጣምልሽ ብሏት ግራ እንደተጋባች ያስታውቃል። ልቧ ያለው አገር ቤት ነው! በአካል እዚህ በአእምሮ እዚያ!

ሴትዬዋ እንቅልፌ ተጫጭኖ መጥቶ ሲያዛጋኝ ሲያዩ፣

"መኝታህን ላሳይህ" አሉኝ።

በደረጃ ወደ ላይ ወጣን።

"የልጆች ክፍል ነው! ባይመችህም እንግዲህ" ብለው አንጠልጥለው ተውት።

በሆዴ 'አያውቁን ግባ በለው' አሉ እያልኩ፣

"ጭራሽ ሐሳብ እንዳይገባዎ! ቤተሰብ ማለት ነኝ፤ ከቤተሰብ ጋርም ነው የኖርኩት፤ ምቾት ሳይሆን ፍቅር ነው የምፈልገው፤ እግዚአብሔር ይስጥልኝ ስለ ሙሉ መስተንግዶዎ! ስለ ሰጡኝ ሰዋዊ ክብር" አልሁ ሳላውቀው ስሜታዊ ሆኜ።

"ምንም የተለየ አላደረግሁ! እንግዳ እወዳለሁ፣ ወገን እወዳለሁ!" አሉኝ ንጹሕዋ እማወራ!

"መታጠቢያው፣ የጥርስ ሳሙናና ቡርሽ. . . ይኸው" ብለው አሳዩኝና ተሰነባብተን ሄዱ።

ሰው የመሆን ስሜት ተሰማኝ፤ ለአንድ ቀንም ቢሆን የቤተሰባዊ ምቾት ተሰማኝ።

ከተኛሁበት ሳልንቀሳቀስ ነጋ።

ተነስቼ ተጣጥቤ ብቅ ስል "ተነስቷል!" ሲባባሉ ሰማሁ። አባወራው ከሚስትዬዋ የበለጠ ትሑትና ፏፏቴ ናቸው። ከመተዋወቃችን አብሮ እንደኖረ እያዩኝ ማጫወት ጀመሩ።

ቡናው ፈልቷል፣ ሁላችንም ጋቢያችንን እንደለበስን ከበን ተቀመጥን። በትልቅ ጣባ ላይ እርጎ የተደረገበት ገንፎ ከነ ቀንድ ማንኪያው ቀረበ።

በሳቅ በጨዋታ ገንፏችንን መዋጥ ጀመርን፡፡ አንዱ በሚበላበት ለሌላው እያጐረሰ! በሳቅ ፍርስ እያልን በላን፤ ቡናችንን ጠጣን።

ከዚያ በደስታና ፍቅር ከተሞላ ቤት የምለይበት ሰዓት ደረሰ።

'ምነው አንድ ቀን ብጨምር' ብዬ አሰብሁ።

የሒሊና ክብሬ ግን ያን ማድረግ አልፈቀደልኝም። ዕጣ ፈንታዬን በጸጋ መቀበል ነበረብኝና ተሰናብቼ፤ ጋቢዬን መልሼ መኪናዬ፣ መኖሪያ ቤቴ ውስጥ ገባሁ። 'ሐበሻው በሰው አገር እንደነዚህ ኤርትራውያን በፍቅርና በመተሳሰብ የሚኖር ቢሆን ምን ነበረበት?' ብዬ አሰብሁ፣ ማሰቤን የሚቃወም ሐሳቤን ግን ያን ቅን ምኞቴን አዳፈነው።

ለሰዓታት የፀጥታ ሙዚቃ እያደመጥሁ፣ ስለ አገኘሁት የአንድ ቀን ሕሊናን የሚያስፈነድቅ መስተንግዶ በአድናቆት እያሰብሁ ወደ አስቸጋሪው ሕይወቴ ተመለስሁ።

ወደ ብቸኝነት ዓለሜ፣ ወገኑ የሆነውን ሲያይ አንገቱን ወደሚያዞረው፤ ፊቱን ቅጭም ወደሚያደርገው፤ ያለፈበትን መከራ ሌላው ሲሄድበት ወደሚደሰተው . . .

አዲስ ጨረቃ ሰማዩ ላይ ወጥታለች፤ ሁካታና ድምፅ ያስተጋባል፤ የአፓርትመንት መብራቶች በርተዋል . . . እኔም መንገድ ዳር መኪናዬን አቁሜ፤ ሹራቤን መስኮት ላይ ጋርጄ ብርድ ላይ እጥፍጥፍ ብሎ እንደሚተኛው ውሻ ሆኜ ተኛሁ።

ነገ ይነጋል! ነገ ሌላ ቀን ነው አይደል! ይህም ያልፋል . . .

የሐርቫርድ ስኩዌሩ ወፍ

ለምን እንደሆነ አላውቅም የሸገሯ ፒያሳና የቦስተኗ 'ሐርቫርድ ስኩዌር' በጣም ይመሳሰሉብኛል፤ በመልክ ግን አይደለም። በመልክማ ፒያሳ ሽንጧ የረዘመ፣ ዳሌዋ ወደ አትክልት ተራና ራስ መኰንን ድልድይ የሰፋ፣ ጥልፍ ቀሚስ በካባ የምትለብስ፣ ጥሬ ሥጋ የሚቆረጥባት፣ ቢራ የሚንደቀደቅባት፣ ትናንትና ዛሬን ከማሕፀኗ የወለደች፣ የውቤ በርሃ፣ የገዳም ሰፈርና የእሪ በከንቱ ደግሞ የበኵር ልጅ ናት።

'ሐርቫርድ ስኩዌር' ግን አጭር፣ ከንፈሯ ቢጫ ቀለም የተቀባ፣ ቢኪኒ የለበሰች፣ የዕውቀትና የመጻሕፍት ጫካ፣ እንደ አቴናውያን የውጭ የጥበብ መድረክ ያላት፣ የሐርቫርድ ጫማ መርገጫ ናት - ከዓለም የመጣው ሕፃን፣ አዋቂ እግር እያሸ የሚስምባት።

ሁለቱ የሚመሳሰሉት በድባብ ነው - ባላቸው የደስታ፣ የፈንጠዝያ ድባብ።

ኬምብሪጅ ትንሽዬ የዓለም ከተማ ናት! ሐርቫርድ ስኩዌር ደግሞ በተለይ በበጋ ጐብኚው እንደ ገበያ ይጋፋባታል፣ ከሩቅ ምሥራቅ፣ ከአውሮፓ፣ ከአውስትራሊያ . . . እንግዳ ይጐርፍባታል።

ሐርቫርድ ስኩዌር በርካታ ፊልሞች ተሠርተውበታል፤ እንደ 'Bittersweet' ዓይነቶች። ይህ ፊልም የሚያዝናና በአዳዲስ ሁነቶችና አስተሳሰቦች የተሞላና ምንም በሌላቸው ሰዎች ውስጣዊ ውበትን በማሳየት የነበረውን ጠማማ አስተያየት የሚሰባብር ነው። ይህ የዕውቁን የሐርቫርድ ዩንቨርስቲ ተማሪዎች ጓዳ እና ገመና በግራና ቀኝ እያራገፈ፣ እያስፈተሸ በመሐል የሚፈጠረውን ጓደኝነትና ፍቅር የሚያሳይ በመሆኑ ደጋግሜ አይቸዋለሁ።

መጻሕፍትም በስፋት ታትመዋል፤ 'ሐርቫርድ ስኩዌር' - በካትሪን ቱርኮ፣ 'ሐርቫርድ ስኩዌር' - በአንድሬ አሲማን፤ 'ጆን - ዘ ማን ሁ ሜድ አስ' ሕይወቱንና ያሳለፉቸውን የሚተርክ መጽሐፍ፤ 'ሐርቫርድ ያርድ' - በዊልያም ማርቲን . . . ከብዙዎች ጥቂቶቹ ናቸው።

ሐርቫርድ ስኩዌር እንደ አውሮፓውያን ዘመን አቆጣጠር በ1630ዎቹ ሰሜን አሜሪካ ውስጥ በፕላን ከተሰሩ መንደሮች ቀዳሚዋ ናት። የሐርቫርድ ዩንቨርስቲ ዋናው ካምፓስ በስተጀርባ። የ'ሐርቫርድ አርት ሙዚየም'፣ አሁንም በርካታ የትያትር ትዕይንቶች የሚታዩበት የ'ብራትል ቲያትር' ቤትም ይገኝበታል።

በተለይም እኔ ሳየው የሚመስጠኝና ለምቀርበው ሰው የማሳየውና ከኮቪድ በኋላ መጐብኘት ያቆመው ታሪካዊው የአሜሪካ ታዋቂው ገጣሚ፤ በእንግሊዝና አሜሪካ ጦርነት ወቅት የፕሬዘዳንት ዋሽንግተን መቀመጫና የኮማንድ ማዘዣ የነበረው 'የሎንግፌሎ ቤት' በመባል የሚታወቀው ነው።

ይህ ውብና ጥንታዊ ቤት ሐረር ጀጐል ውስጥ ከሚገኘው የ'አርተር ራምቦ' ቤት ጋር ተመሳሳይ ነው። የሎንግፌሎ ሐውልት፣ የመጻፊያ ዴስኩ ከነሙሉ ቁሳቁሳቸው፣ የእሱና የእህቱ መኝታ ቤት ከነ ውብ ታሪካቸው ጋር ይታያል፤ ይሰማል - ወደዛ ወቅት አንሳፎ ከሚወስድ የሙዚቃ ቅላፄ ጋር ተዋሕዶ!

ከሳምንት ቢያንስ ለአምስት ቀን መጽሔትና መጻሕፍት ለማንበብ ሐርቫርድ ስኩዌር ከሚገኘው የ'ሐርቫርድ ስቶር' እሄዳለሁ። ሁሌም መጻሕፍት ለመነበብና ለመሸጥ ተደርድረው ይጠብቃሉ።

በወር አንዴ፣ አንዳንዴ ሁለቴ የመጽሐፍ ምርቃት አለ። ብዙ ደራሲያንን ያየሁትና ሐሳባቸውን የሰማሁት እዚያ ነው። ለአንዳንድ ደራሲያን የመጽሐፍ መደብሩ ከአፍ እስከገደፉ ይሞላል፤ መቆሚያ እስከሚጠፋ ድረስ። አንዳንዴ ደግሞ ሰው የለም፤ አንድ ጊዜ አንድ ደራሲን ከእሱ ጋር ሦስት ሆነን አዳምጬ አውቃለሁ። ለእሱ እኔ አፈርሁ!

ብዙ ሰው የሚበዛላቸው ተነባቢ የሆነ መጽሐፍ የጻፉ ናቸው፤ ሥራቸውን ያነበበ በጉጉት ያዳምጣቸዋል። ያከብራቸዋል፣ ይጠይቃቸዋል፣ አዲስ መጽሐፋቸውን ይገዛቸዋል፣ ተሰልፎ ያስፈርማቸዋል። በመጽሐፋቸው ለማይታወቁት ግን ሰው ማሸንክ ነው። የሚያጠፉው ጊዜ የለውም፤ የሚገርመኝ ደግሞ ሰው በማይገኝበት ጊዜ ጥቂት ውኃ የሚያነሳ ሐሳብ ያላቸው፣ በጣም በሳልና አስተዋይ የሆኑም አጋጥመውኝ ያውቃሉ።

ብዙ ሰው ከማይመጣላቸው ደራሲያን ብዙዎቹ ግን ንግግራቸው እንደመጫኛ የረዘመ ነው። አቋራጭ አያውቁም፤ ሁሌ አታካች በሆነ አቅጣጫ የሐሳብ ነዳጃቸውን እያቃጠሉ ዙሪያ ጥምጥም ዞረው ያዘሩብንና ሰዓቱ ሲደርስ ቀሪውን መጽሐፉን አንብቡ ይሉናል - ይዘውት የመጡትን መጽሐፍ ይዘው ባመጡት ኮሮጆ መልሰው እየከተቱ።

በሐርቫርድ ዩንቨርስቲ ፊት ለፊትና በሐርቫርድ መጻሕፍት መደብር መካከል ባሉ አግዳሚ ወንበሮች ላይ ቀን ቀን ተቀምጦ የሚጽፍ፣ ማታ ማታ ደግሞ ከባንክ ኦፍ አሜሪካ ፊት ለፊት ባለው መተላለፊያ ንግግር ሲያደርግ ቆይቶ የሚተኛ ከዓመታት በፊት ከሄይቲ የመጣ አሜሪካዊ አለ።

ሰው አያይም፤ ቢጫ ቢሆን ነጭ፤ ጥቁር ቢሆን አረንጓዴ አያይም። ማቴዎስ 6፡ 26 ላይ ያለውን “የሰማይ ወፎችን ተመልከቱ፤ አያርሱ፣ አይዘሩ፣ አይሰበስቡ . . .” የሚለውን ሙሉ በሙሉ የሚተገብር ነው።

ማልዶ ሲነሳ ንግግር እያደረገ ነው፤ የአደረበትን አጣጥፎ፣ አስተካክሎ ከመንገዱ ማዶ ሄዶ አግዳሚ ወንበሩ ላይ ይቀመጥና መጻፍ ይጀምራል፤ ይጽፋል፣ ይጽፋል። ዝናብ ቢጥል፣ ፀሐይዋ ብታቃጥል ከሚጽፍባት አይነሳም። ከመጻፍ ሙቀት ወይንም ማዕበል አያስተጓጉለውም።

የወር እዳውን ለመክፈል የብድር እስረኛ ሆኖ የማይፈልገውን እየሰራ ባጠገቡ እኮ ላይ ታች የሚኳትን አለ። አዳሜ ላቡን ጠብ እያደረገ አልሞላ ስለሚለው ጓዳውና ኑሮው ሲያስብ እሱ ያን ውጣ ውረድ አያይም።

ሐርቫርድ መሐል እየኖረ ስለ ብድር አያስብም። በአስራ አምስት ዓመት የአሜሪካ ቆይታዬ ሲማረር፣ ሲበሳጭ፣ እንደ እስስት ሲቀያየር ያላየሁት ሰው እሱን ነው።

በዚች ምድር ላይ ተልእኮው ሁለት ነው - መጻፍና ከራሱ ጋር ማውራት።

የሚገርመው ጐንና ጐኑ ሁልግዜ ቡና፣ ሻይ፣ የታሸጉ ምግቦች ይደረደሩለታል። እንደ ወፎች አይዘራ፤ አያጭድ፤ ስምንት ሰዓትና አስራ ስድስት ሰዓት አይኳትን፤ የቤት ሥራ ለመሥራት መጽሐፍ ተሸክሞ አይቃኝ፤ ኢንሹራንስ፣ ባንክ አይል፤ ሬስቶራንት ባር አይሄድ፤ የሚበላው የሚጠጣው ግን በሽ ነው።

ሰው ሁሉ ለእሱ ሲሆን ያዝናል። አይለምንማ፣ ደጅ አይጠናማ፣ ክብሩን አሳልፎ አይጥልማ - ታዲያ ለእሱ ሁሏ ቀን ቅዱስ ናት፤ ክቡር ናት - ሞሰቧ ሞልቶ የተትረፈረፈ!

የሐርቫርድ ስኩዌሩ ሰው፤ ሰው ከማለት የሚገልጸው ስሙ የሐርቫርድ ወፍ ነው - ከወፍም እኮ እንደ ሰው ጥራችሁ፤ ግራችሁ ኑሩ የተባሉ የሚመስሉ አሉ፤ ከሰው ባልተናነሰ ሽቅብ ቁልቁል ሲበሩ፤ በየቆሻሻ ገንዳው የሚነሱ የሚቀመጡ፤ እንደ ሰው የሚቀማሙ፣ የሚጣሉ፣ ክው ክው ሲሉ በመኪና የሚገጩ ወፎች አሉ!

የሐርቫርድ ስኩዌሩ ወፍ ግን ያ የተመረቀው ወፍ ነው። ፕሬዘዳንት ባይደን አጠገቡ ሄዶ ቢቆም የማያይ፤ ታላቁ እስከንድርን "ዞር በልልኝ ፀሐዩን ልሙቅበት" እንዳለው ዳያጂኒስ ተቃውሞ ወይንም ድጋፍ የማያሰማ ሰላማዊ ሰው።

የማይሰራ - የሚበላ የሚጠጣ ያለው፤ ቤት የሌለው - ቤቱን ሰማይና ምድር ያደረገ፤ ካለ ገንዘብ በማይኖርባት አሜሪካ ካለ ገንዘብ የሚኖር ደራሲ!

ለመኖር ብሎ የማይጽፍ፣ ለገንዘብ ብሎ ብዕሩን የማይጨብጥ፣ ክብርንና ዝናን ህልውናቸውን እንኳን የማያውቅ ብዕረኛ!

ነፃነት በሌለባት ነፃ የሆነ፣ ሁሉ የሚወደው የብዕር ሰው! ለራሱ ከራሱ የሚጽፍ፣ ለራሱ ከራሱ ጋር የሚያወራ፣ ራሱ ለራሱ የሚያነብ፣ እየታየ የማያይ፣ ምንም ሳይኖረው የማይለምን! የሚፈልገውን ሁኖ የሚውል፣ እንደተመቸው ተኝቶ የሚነቃ፣ መመኪያ የሌለው፣ መመኪያም የማይሻ፣ ምስጋና ሙገሳ የማይጠብቅ፣ ምስጋና ሙገሳ የማይሰጥ . . .

ከዝነኛው የሐርቫርዱ አደባባይ ፊት ለፊት ተቀምጦ ማንም ሊረዳው በማይችል የራሱ ፎርሙላ የሚኖር ፈላስፋ ነው - የሐርቫርድ ስኩዌሩ ወፍ።

እኔም እኔን ባልሆን የምመርጠው እሱን መሆን ነበር፣ በራስ አለም፣ በራስ ሜዳ፣ በራስ ሕግ መጫወት! ትክክለኛውን ነፃነት ለማጣጣም!

የጠዋት ጤዛ

የዛሬ ዓመት በዚህ ሰዓት ሰኒ ከሰማይ ዱብ አለች።

"... እኔ ከልጅነቴ ጀምሬ አውቅሃለሁ! አሁን ለአቅመ ሔዋን የደረስኩ ሴት ነኝ። ባገኝህ ደስ ይለኛል፤ ካልቻልክ ግን በስልክ ድምፅህን ከሰማሁም ይበቃኛል። ደሞ በፍሬም ስለሰቀልሁት ቃልህም ዕድል ከሰጠኸኝ ልነግርህ እችላለሁ" ይላል ቴክስቷ።

ክረምቱ አለቅም ብሎ ቆፈን እያንቀጠቀጠን ነው። የመጸው ዕፅዋት እንቡጦችን ማየት ከጀመሩ ግን ቆዩ። እንዴ! ወቅትም ሰላማዊ ሽግግር ይከብዳቸዋል ማለት ነው! ክረምቱ ሙጭጭ አለብን እኮ ...

ምትሐተኛ ቴክስቷን ደጋግሜ አነበብኩት። 'ማን ናት? የቱን ቃሌን ነው በክብር ያስቀመጠችው?' እያልሁ በሐሳብ ባዘንሁ፡፡ ሆሆይ! ክብር የምን ክብር፤ አሜሪካን አገር በር እንጂ ክብር የለም፡፡ መግቢያ መውጫ ብቻ!

በጐረምሳነቴ ሕሊናዬ ውስጥ የሳልኋት ፍቅረኛ አለችኝ። የዐይን ቅንድ፣ የሚንከባለለው ዐይኗ፣ አፍንጫና ከንፈሯ፣ አንገቷና ጡቶቿ እንደ ሐውልት የቆሙበት ደረቷ፣ ፀጉሯና ዳሌዋ፣ እግሯና እጣቶቿ፣ ጸባይና ትሕትናዋ። የሕሊና መስታወቴ ላይ ተለጥፎ እስከዛሬም ይታየኛል።

ያን ይገኙ ሔዋኔን እንደ ኤሮፕላን ረዳት አብራሪ ያለውን አለ የሌለውን የለም የሚል ምልክት እያደረኩ እየወደኩ እየተነሳሁ ስፈልግ . . . እሷን የመሰሉኝን ሳመልክና ስንከባከብ፣ ስጠጋና ስሸሽ፣ ስገፋና ስገፉ ኖሪያለሁ።

ከጥቂት ዓመታት በፊት፤

"... እኔ ሴት ነኝ፤ ባሌ ያልሁት ወንድ የምፈልገውን የሚሰጠኝ መሆን አለበት፤ ፍቅር፣ ቤት፣ ንብረት፣ ገንዘብ እፈልጋለሁ። አንተ ፍቅር አለህ፤ በፍቅር ብቻ ሕይወት ያለው መጽሐፍ ውስጥ ብቻ ነው፤ ተረት ተረት ውስጥ. . . ስታገባኝ ቃል ገብተኻል፣ ስለዚህ ሁሌ ባል መሆን አለብህ። ባል መሆን ሲያቅትህ እኔ ደግሞ ሚስት መሆን ያቅተኛል።"

ይህ ያብዛኛዋ ሴት የኑሮ ፍልስፍና ነው።

ሔዋኔ በሕሊናዬ ለዘመናት ከማያት ሔዋኔ ተበጥሳ ወደቀችብኝ። ፍቅር ብቻ የሚበቃት፤ ፍቅር ብቻ ከማይበቃት ጋር ተጣሉብኝ። ዝሆኖች ሲታገሉ የሚጐዳው ሣሩ ነው እንዲሉ ዐይኔ ፈጠጠ፤ ሰላሜ ደፈረሰ፤ ቀኑ ድርግም ብሎ ካለ ሰዓቱ ጨለመብኝ . . .

እውነቴ እንደ ጉም ተበታትኖ ጠፋ፤ እምነቴ ተሰባብሮ አሽመደመደኝ፤ ከዚያ ግን ውስጤ ያለችው ሔዋኔን፣ የማትለወጥብኝ መስፈሪያ ቁና ሰፍራ ጐደልህ ሞላህ የማትለኝን የሙጥኝ ብዬ በያዝሁበት ወቅት፤ የዘመን ቅጠሎችን እየረጋገጠች፣ ጊዜን እያንሿውሻች ከርቀት በባዶ እግሯ ወደ እኔ የምትራመድ ሴት ዱካ ተሰማኝ።

አመጣጧን ተጠራጠርሁት። እንደ አልሞ ተኳሽ ፈራኋት፣ ሰው ሞራሉ ሲወድቅ፣ በራስ መተማመኑን ሲነጠቅ የጠንካራ ስብእናው አከርካሪው ይሰበርና በስሜት ያቃስታል። ለምን ፈራሁ? ደግሞስ ምን ተፈጠረ! ከራሴ ጋር መንቆራቆስ ጀመርሁ።

'አሁን ለአቅመ ሔዋን የደረስኩ ሴት ነኝ' ስትል ምን ማለቷ ነው? ለምንስ ለውጧን ማንሳት ፈለገች? እንዴ የምን ሽብር ነው?'

ተቆጣሁት ራሴን።

'እባብ ያየ በልጥ ይሸሻል እንዲሉ ስትፈራና ስትሸሽ እየተጠጋህ ጠርዝ ላይ ደረስክ እኮ፤ የቀረህ መውደቅ ነው መሰባበር እንደገና!'

ሐሳቤ በሁለት ቡድን ተከፍሎ ተንቆራቆሰ። ሁለት ቀን አለፈ ለልጅቷ መልስ ሳልሰጥ፤ በሦስተኛው ቀን፣

"... ውዷ ሰኒ በኢስት ኮስት ሰዓት 7pm ላይ በስልክ እንገናኝ?" አምጬ፣ አምጬ ቴክስት አደረኩላት።

ከመቅጽበት የእሺታ ማረጋገጫ ላከች።

አወራን፤ የተረጋጋች፣ ድምፅዋ የሆነ እንደ ረቂቅ ሙዚቃ ቃና ያለው፣ እንደ ምንጭ ኩልል እያለ ሲወርድ ልብ የሚሰነጥቅ . . . ሆነብኝ። ማዳመጥ፣ መናገር ትችላለች። ባልተለመደ መልኩ የማታውቀውን 'አላውቅም' ትላለች። ከሁሉ ይህን ባሕሪዋን ወደድኩላት።

በአድራሻዬ ልትልክልኝ የምትፈልገው እንዳለ ገልጻልኝ፤ ስልኩን ዘጋነው። በአድራሻዬ መልእክቷን በሦስተኛው ቀን አገኘሁት። ልቤ በመጥረቢያ እንደተፈለጠ ሁሉ ለሁለት ትርክክ አለ።

መደዋወል ቀጠልን፤ ሌሊቱ እስኪጋመስ ማውራት አዘወተርን። አንድ ቀን "ይቅርታ የኔ ስሜት እየተቀየረ ነው!" አለችኝ። አባባሏ ብቻ ውስጤ የተዳፈነውን እቶን እሳት እንደ እሳተ ጎመራ አፈነዳው።

ፈራሁ፣ ተንቀጠቀጥኩ . . . ወደ ጥልቁ በስሜት ሰመጥሁ። ሰኒ በፈዋሽ ቃላቶቿ እያከመች፣ "ማንም ሴት የምታፈቅርህ ወንድ ነህ፣ አስተሳሰብህ፣ ድምፅህ ደስ ይላል እኮ!" እያለች የተነፈሰው ሞራሌን አየር ሞላችው፤ የረገበው አካሌ እየተኰመታተረ ሲጠነክር ጊዜ አልፈጀበትም። እንደ አንበሳ መንጐማለል፣ ማግሳት ጀመርሁ።

"ልምጣና ልይሽ?" አልሁ፤

እሽ ብትለኝ እኮ የምይዘው ነው የሚጠፉኝ!

“ደስ ይለኛል፤ ግን አሁን አይደለም።”

“መቼ ነው ታዲያ?”

“በቅርቡ! እኔ እነግርሃለሁ”

የጨዋታችን ሙቀት ሳያቋርጥ ግለቱ እየጨመረ ሄደ። ከቀናት በኋላ፤

“የመምጣቴ ሐሳብ ከምን ደረሰ” አልኳት።

“አማራጭ እየፈለግሁ ነው!”

“እረ!”

“በእውነት!” ስትል፤ ልቤ ተንደፋደፈች።

“ከሃያ ቀን በኋላ እመጣለሁ፣ ቀኑን ሰሞኑን እነግርሃለሁ!” አለችኝ።

ከዚያ በኋላ ብዙ ሐሳብ ተለዋወጥን፤ አእምሮዬ ግን መምጣቷን ማሰላሰል ላይ ተጠምዶ ነበር።

በቀጣይነት ጨዋታው ደራ! ሐሳባችንም ጥርት ያለና አቅጣጫው የሚታወቅ ሆነ። ቀኑ እየጨመረ ሲሄድ መነፋፈቁ ከጣራ በላይ ወጣ። በመጨረሻ ልቀበላት ለመሄድ ስነሳ መንገዱ በኮንስትራክሽን ምክንያት ተዘግቷል፤ እኔ መኖሪያ አካባቢ ያሉት ሁለቱም የውስጥ ለውስጥ መግቢያዎች ለትራፊክ ዝግ ሆነዋል።

ሰኒ ደወለች። የምናገረው ጠፋኝ ፍጹም ባልጠበኩት ሁኔታ ኤርፖርት ሄጄ ልቀበላት የማልችልበት ሁኔታ ተፈጠረ።

“በኡበር እመጣለሁ!” አለችኝ፤ ምክንያቴን ስዘረዝር ቅልል አድርጋ።

ወደ አፓርትመንቴ ሄጄ መጠበቅ ጀመርሁ። ስትደርስ ደወለች! አነሳሁት።

ፀጉረ ዞማና ዞማ ፀጉሯ ትከሻዋ ላይ የተዘናፈለ፣ ስልክክ ያለች የቀይ ዳማ፤ ከጉልበቷ ዝቅ ያለ ከደረቷ በላይ ደግሞ ክፍት ቀሚስ የለበሰች ወጣት ወረደች። መጠጋት ፈራሁ! ሁሉ ነገሯ አሸበረቀ።

እንደሚያድን አቦ ሸማኔ እየተሳብሁ ስራመድ አየችኝ ሳቅች።

ተቃቀፍን!

ጠባቧ ክፍሌ በደስታ ታፈነች! የስብሐትን 'ሌቱም አይነጋልኝ' ስናነብ ነጋ።

ጠዋት ቁርስ ስንበላ፤

“አንድ ነገር ልንገርህ እፈልጋለሁ፤ ልጐዳህ ስለማልፈልግ” አለችኝ።

ቀጥላም፤

“ፍቅረኛ ነበረኝ አሁን ለጊዜው ተቀያይመናል። መለያየትና መቀያየም ልማዳችን ነው ከዚያ ተመልሰን ደግሞ እንፈላለጋለን፤ እንታረቃለን። ስለዚህ ይህ ግንኙነታችን የመጀመሪያም የመጨረሻም መሆን አለበት፤ ካለበለዚያ እጐዳሃለሁ” አለችኝ።

ሕሊናዬ ልጓሙን ወደ ኋላ ሳበ!

ከዚያ በአነበበችልኝ ግጥም ውስጥ ያለውን፤

“... በአካሌ ውስጥ መሽጌ
አጠቃሁት አጥቂዬን ከነ ሠራዊቱ ፈልጌ”

የሚለውን ሐሳብ አስታወስኩትና በሐሳቧ ተስማማሁ።

ቦዩድ ባዶ አዩደለም

እንደሚገባኝ እዚህ ምዕራቡ ዓለም ሕይወት ግላዊ ነው፤ በራስ ራዕይ ፣ ዓላማ በግል ማደግና ስኬታማ መሆን። ትምህርት ይህን እንቅስቃሴ ያሳልጣል። ምርምሮች፣ ጥናቶች የሁሉን ነገሮች ዋጋ ማወቅና ከምንጫቸው መቆጣጠር መቻል ነው። በዚያ ላይ ትምህርት ሁሉንም ወደ አንድ ቋት ለመከተት እየተሽከረከረ ያጠናል፤ ይመረምራል፤ ይፈጥራል። ግብና ዓላማውም ደግሞ 'አያያዙን አይተህ ጭብጦውን ቀማው' እንዲሉ ቀድሞ ማወቅ፤ ቀድሞ ለማግኘትና ቀድሞ ለመጠቀም ነው።

ለዚህ 'ዝርፊያ' በሯን ቧ አድርጋ የከፈተችው ደግሞ አፍሪካ ናት። ትምህርት አፍሪካ ተከላ ያበቀለችውን ማንነቷንና ባህሏን ሲያስነቅላት ኖሯል። የፓን አፍሪካኒዝምና ማርክሲዝም ተከታዩ ፍራንትዝ ፋኖን፥

> "ኢምፔሪያሊዝም ጥሎልን የሄደው የጀርም ብስባሽ በክሊኒካዊ ምልክት የምናየውና የምናሰወግደውን ብቻ አይደለም፤ በአእምሮአችን ውስጥ የተቀበረም እንጂ" ብሎ ነበር።

ከሁሉ የከፋው ደግሞ ያ ቆሻሻ እንደ ውርስ ከትውልድ ትውልድ እየተላለፈ ነው። አፍሪካ ታንግስተን፣ ዲያመንድ፣ ወርቋ . . . እየተዘረፈ እሷ በግጭትና በማያባራ ጦርነት እንድትታመስ ሆና ተቃኝታለች፤ ከድህነት ወደ ከፋ ድህነት፣ ከተገዶ ባርነት ወደ ወዶ ገብ ባርነት እያሽቆለቆለች ነው።

ወደ ምዕራቡ ዓለም ሄደው የሚማሩ ወጣቶች አዳዲስ ነገሮችን ለመማርና ለማወቅ እንጂ ዓለምን ለመለወጥ አይተጉም። ራእያቸው ፍትሕ፣ እኩልነት፣ ሚዛንን ስለመጠበቅ አይደለም። አእምሮአቸውም በኢንፎርሜሽን ከአፍ እስከ ገደፍ ጢም ያለ ነው። ዕውቀታቸውን በጥበብ ለመጠቀም ጊዜ የሚያጥራቸው ናቸው።

ስሜት ተላላፊ ነው። ኀዘንና ደስታችን የድሃና ሐብታም ክልል ብንፈጥርም ከውቅያኖስ ወዲህና ወዲያ ሆነን ብንለያይም ተላላፊ መሆኑን ሳይንስ አረጋግጦታል። ይህን የኃይል ቁርኝት ማንም ሊበጥሰው አይችልም።

በድህነት እየተተበተበ ወደ ችግር ጉድጓዱ እየወደቀ ያለው አፍሪካዊ መሠረታዊ ችግሩ ድህነት የፈጠረው የባርነት አስተሳሰብ ነው። ምልክቱ ቢያንስም አለ፤ ያን ምልክት አለማወቅና አለማየት ግን ግብዝነትና ቸልተኝነት የፈጠረው ድክመት ነው።

በሀገራችን ሦስት ትውልዶች አንዱ በወደቀበት ጉድጓድ ሌሎች ሁለት ትውልዶች ሲወድቁ አይተናል። እስካሁን ለመውደቃችን ሁነኛ ምክንያቱ ፍራንዚዝ ፋኖን እንዳለው አእምሮአችን ውስጥ የተቀበረው የኮሎኒያሊስቶች ያለንን ማየት የሚያስችለን ግብዝነት መሆኑን አንረዳም። ይባስ ብለን ድሃ እንድንሆን፣ እርስ በርሳችን እንድንበላላ ስኬቱን ወደ ሠሩት፣ ወጥመዳቸው ውስጥ የገባውን አሳ ወደ ራሳቸው ስበው እንደሚያወጡት በእቅዳቸው መሠረት ሊያጠፉንና ሊበሉን ወዳቀዱት ለመሳብ ኃይላቸውን ሳያባክኑ እኛው ሄደን የጋለ መጥበሻቸው ላይ በፈቃደኝነት እየተጋደምን ነው!

ማዕበል ሁሌም አለ፤ ማቆም አይቻልም። በማዕበል የመቆየት፣ በማዕበል ውስጥ ቀዝፈን የማለፍ ግን አቅሙ አለን። ሶቅራጠስ እንዳለውም "ያልተፈተነች ሕይወት ዋጋ የላትም"። ከማዕበል ስንሸሽ፣ ምቹ ሁኔታ ስንፈልግ ምርጫችን የምናደርገው አጠገባችን ያለውን ጠላት በማድረግ፣ በመቀማትና በማጥፋት ነው። ርቀን የችግሩን ምክንያት ከውጤቱ ጋር የማገናዘብ ጥበብ የለንም። ምክንያቱን ስለማናይና ውጤቱን ስለማንረዳ ደግሞ የችግራችን መፍቻ ግልብ እየሆነ በመቀጠል ላይ ነው።

ሌላው 'አሻሮ ይዘህ ወደ ቆሎ ተጠጋ' ብለን እየተረትን የራሳችን የሆነውን ባህልና ወግ እየጣልን ለመጥፊያችን ወደተንጠለጠለው የራስን ማጣት መሰቀያ ገመድ አንገታችንን ይበልጥ እያስገባን ነው።

ለምሳሌ፣ በሐመር ማህበረሰብ እይታና ዓላማ አለ። እይታውና ዓላማው ግን ማህበራዊና ለማህበረሰቡ የሚጠቅም ነው እንጂ ሐቢታሙን ይበልጥ ሐብታም፣ ድሃውን ይበልጥ ድሃ ለማድረግ አይደለም። እይታ መመልከት ብቻ ሳይሆን ማስተዋልም ነው። ዓላማ ማህበራዊ ደስታና ምቾት ካላመጣ የግላዊ ስግብግብ ፍላጎት ማርኪያ ይሆንና ጭንቀትንና ድብርትን ያመጣል።

የውሸት ወርቅ ቅብ ከሆነው ፍላጎትና ማንነት ይልቅ በፍቅርና መግባባት ላይ የተመሠረተው አቧራ የለበሰው የራስ ማንነት እንኳን ለአፍሪካውያን ለምዕራባውያኑም የተሻለ ነው።

ስለ አብሮ መኖር አፍሪካውያን ከምዕራባውያን ከምንማረው ይበልጥ ምዕራባውያን ከአፍሪካውያን የሚማሩት እንደሚበልጥ የምዕራባውያን ምሁራን በንግግራቸውና በመጽሐፎቻቸው ይጠቅሱታል። ለውጥ የማያመጣው ግን የሕሊናውን ቆሻሻ ማጽዳት የተሳነው ራሱ አፍሪካዊው ነው። በተዘጋጀለት ወጥመድ ተይዞ፣ የራሱን አዲስ ወጥመድ በራሱ ላይ ያጠምዳል።

አፍሪካዊ የሆነው በአፍሪካዊ ባህል፣ ዕቁቡ፣ እድሩ፣ ቡና መጠራራቱ፣ እንጀራ መበዳደሩ፣ በጋራ ማዘንና ማልቀሱ፣ ሽምግልናን መቀበሉ፣ ለጋራ ችግር የጋራ መፍትሔ መፈለጉ . . . የአፍሪካውያን ማህበራዊ ሕይወትን ጥልቀትና ትስስር የሚያረጋግጥ የአብሮነት ካብ ቢሆንም ቀስ በቀስ ግን ሲፈርስና ሲናድ ነው የሚታየው።

ሳይንስና ፍልስፍና የቆመ አይደለም። እንደየዘመኑ እየተለወጠ ነው የሚሄደው። በአንድ አካልና በሌላው፣ በአንድ ጋላክሲና በሌላው ጋላክሲ ያለው ምንም ('ቮይድ') ነው በሚባልበት ጊዜ አንዱን አካል ከሌላው የሚያስተሳስረው የሚያገናኘው ባዶ ስለሆነ ዩኒቨርስ ውስን ነው ተብሎ ይታመን ነበር።

ስለዚህ ውስን ያልሆነውና ዘላለማዊ የሆነው አምላክ የፈጠረው ውስንና ጊዜያዊ የሆነውን ነው። በዚያ መሠረት ሰው ጊዜያዊና ውስን፣

ትርጉም የለሽ ሕይወት የሚመራ ስለሆነ ሳይፈልግ እንደተወለደው ሳይፈልግ ሞትን መጠበቅ አለበት፤ የራሱን ዓላማ ፈጥሮ መደሰት አለበት የሚል ፍልስፍና በተለይም ፈረንሳይ አገር ተፈጥሮ ነበር።

ይህን ፍልስፍና በመመርኮዝ 'ኤክስቴንሻሊዝም'፣ 'ንሂሊዝም'፣ 'አብሰርዲዝም' . . . ፍልስፍናዎች ተስፋፉ። የሳይንስ ግስጋሴ ግን አልቆመም። ትምህርታዊ ውይይቶች ቀጠሉ፤ ለመመለስ መስማት ሳይሆን ለመረዳት መስማቱ አደገ።

በዚህ መልክ የመካከለኛው ዘመን ጊዜው 'ሁሉም በየራሱ የተፈጠረ ነው' የሚለው ፍልስፍና በ21ኛው ክፍለ ዘመን ዘመናዊ የአብሮነት ዕውቀት ተተካ። የአዳዲስ ነገሮች ፈጣሪ፣ የኤሌክትሪክና የመካኒካል ኢንጅነሩ፣ የተለዋዋጭ ኮረንቲ (AC) የኤሌክትሪክ ሞገድን ያገኘው ኒኮላ ቴስላ "ሁላችንም አንድ ነን፤ ለራስ ትልቅ ዋጋ መስጠት፣ እምነትና ፍርሃት ለያየን እንጂ" የሚለው አስተሳሰብ ብዙዎችን እያስማማና ተቀባይነትም አገኘ። ሳይንስ ባዶ ነው በውስጡም ምንም የለም የተባለው ስሕተት እንደሆነና 'ዳርክ ማተር' በሚባል ለማየት በረቀቀ ቁስ አካል እንደተሞላ፣ ዩኒቨርስም ወሰን የሌላትና አንዱ ከሌላው ጋር የተያያዘባት መሆኗን ሳይንስ አስታወቀ።

'ኳንተም መካኒክስ'ም የመረዳት ጥልቀታችንን ጨመረው፤ በግዙፉ ዩኒቨርሳችን ውስጥ ሁሉም አንዱ ከሌላው ጋር በተመሳሳይ ሁኔታ የተያያዘ፣ በሥርዓትና በሕግም የሚመራ ዝግ ውሕደት ያለው መሆኑን መረጃዎች ቀረቡ።

ይህ ደግሞ በአገራችን የጥበብ ሰዎች ተከታይ አድርጐ የቆየውን የፍሬዲሪክ ኒቼን፣ አልበርት ካሙን፣ ዣን ፓል ሳርትን . . . የፍልስፍና ተጽዕኖ ጥያቄ የሚያስገባና ወጣቱ ዘመናዊ አመለካከቶች ላይ እንዲያተኩርና ሞራላዊ የውድቀት ገደል ከመውደቅ የሚያድን መፍትሔ መሆኑ አሳማኝ ቁም ነገር ነው።

የሰትነው መንገድ

ማይክ ካናዳዊ ነው። ሚስቱ ደግሞ ጃፓናዊ ናት። ከመጋባታቸው በፊትም ሆን ከተጋቡ በኋላ የሚኖሩት አሜሪካን አገር ነው። እሷ ሰዓሊና ጌጣ ጌጦችን ትሰራለች፤ እሱ አገር አሳሽ (Explorer) ነው፤ በሞተር ሳይክል፣ በመኪና፣ በጀልባ ወይንም በኤሮፕላን። ከዚያ ስላያቸው ቦታዎች፣ ስላናገራቸው ሰዎች በዌብሳይቱ ላይ ያጋራል።

ማይክ እና እኔ የተዋወቅነው እኔ ከምሠራበት ድርጅት ደንበኛችን ስለነበረ ነው። ሁሌ ፈገግተኛ ነው፣ የተለያዩ ኮፍያዎችን ያደርጋል። ቀለም አመራረጡ ብዙ ጊዜ ይገርመኛል።

አንድ ቀን፤

"አንድ ነገር ልጠይቅህ?" አለኝ በዐይኑ ጭምር እየሳቀ።

"እሽ" አልሁት

"እያለህ የለህም አይደል?"

ከት ብዬ ሳቅሁ። ጥያቄው ስለገባኝ ነው የሳቅሁት።

"እያሉ አለመኖር የፈጠራ ነፍስ ያላቸው ሰዎች ባሕሪ እንደሆነ በሚገባ አውቃለሁ" በማለት የጨዋታ ዙሩን አከረረው።

"ይመስለኛል! ካለበለዚያ ባለህበት ሁሌ ካለህ ሕይወት አታካች ትሆናለች። እያሉ አለመኖር እንደ ጉብኝት ከቆጠርከው ያዝናናል፤

ይመስጣል፣ የምታየው አዲስ ነገር ነዋ! የምታልመው አዲስ ዓለም ነው!" አልኩት።

"ሕሊና ሐሴት ነዋ" አለኝ።

"በትክክል" አልሁት።

"ሌሎችን ሰዎች እንዴት ነው የምታያቸው?" አለኝ እየሳቀ።

"ጐረቤትህን እንደራስህ ውደድ በሚለው እይታ" አልኩት።

"ማብራሪያ አክልበት"

"የጉርብትና ድንበር የለውም፤ የማፍቀርም መለኪያ ሚዛኑ እኔው ራሴ ነኝ" አልሁት።

ዐይኑን በልጥጦ፣ የግንባሩን ቆዳ ሸብሽቦ በጭብጨባ የታጀበ ሳቅ ሳቀ።

"በሌሎች ውስጥ እኔን አያለሁ። ሁሉም ሰው እንደ መስታወት እኔን ያሳየኛል። በቅርፅ፣ በቋንቋ፣ በቀለም. . . ግን ልዩነት አለ። ያ መለያየት ውበት ነው፤ ማራኪ ውበት። በአበቦች፣ በአዕዋፍና እንስሳት . . . የምታየው። እዚያ ውበትም ውስጥ እኔ አለሁ" አልሁት።

"እርግጥ ነው ቤተሰብ፣ ባህል፣ ትምህርት፣ ሃይማኖት የዛን ቅርፅና የውበት መስፈሪያ ሲሰጡኝ ኖረዋል፤ የእነሱ እንጂ የኔ ያልሆነ፤ ነገር ግን ካለምርጫዬ የተቀበልሁት፤ አንዳንዴ የሚጠቅም፣ አንዳንዴ የሚያፍንና ትንፋሽ የሚያሳጣ፣ ነፃነትን የሚገድብ፣ ሚዛናዊነት የጐደለው፤ ትንሽ ዋሻ ውስጥ የሚደብቅ ራሷን አሸዋ ውስጥ ደብቃ የማትታይ እንድሚመስላት ሰጐን" አልሁት።

“ከዚያ ከሕሊና እስር ቤት እንዴት ወጣህ?”

“መጀመሪያ የት እና ከማን ጋር እንዳለሁ አወቅሁ - የጥበብ መጀመሪያ፤ ሁለተኛ አእምሮዬን እንደ አዲስ የእርሻ ቦታ የተመቸ ለማድረግ ጫካውን መነጠርሁ፤ ከዚያ ወደ ፊትና ወደ ኋላ የሚያስኬድ መንገድ ሰራሁ። አንዱ ባህላዊ የሆነውን/ 'ፕሪሞርዲአል' ማንነቴን የሚገልፁትን ለማብቀል የሚወስድ፤ ሁለተኛው ደግሞ ከምኞት ቀጠናዬ የሚያስወጣ ለየት ያሉ ቡቃያዎችን መዝራትን ማብቀል የሚያስችል፤ መሄጃው ይመቻል ገና መድረሻው ላይ ሳንደርስ” አልኩት።

ማይክ ግንባሩን ሸብሸቦ፤ ዐይኑን ፈጠጥ አድርጎ አየኝ። ከዚያ፤

“ርምጃህ በሰላም ይሞላ!” ብሎ ኮፍያውን በአክብሮት ነካ አድርጎ ሄደ።

አንዳንድ ጊዜ ፊታችንን እያዞርን እንጂ ወደምንፈልገው የሚወስድ ዕድል ይመጣል። ኤልያስ ወንድሙና እኔን በቅርብ የሚያስተዋውቀን ሁኔታ ተፈጠረና ተቀራረብን። ከዚያ አትላንታ በሚካሄደው ዓመታዊ የሰሜን አሜሪካ ስብሰባ ላይ ለመገኘት እሄዳለሁ ስላልሁት በምሕፃረ ቃል 'ASA' ወይንም የአፍሪካን ስተዲስ አሶሲየሽን አመታዊ ስብሰባ ላይ አካል በሆነው የ'አፍሪካን አካዳሚክ ፕሬስ' የእሱን የፀሐይ አሳታሚን ሥራዎች ለማስተዋወቅ አብሬው እንድሆን ጠየቀኝ። ሐሳቡን በደስታ ተቀብዬ ማገዝ ብቻ ሳይሆን እኔም ከበርካታ ምሁራን ጋር ለመገናኘትና ሐሳብ ለመለዋወጥ አገዘኝ። በተለይም በምሥራቅ አፍሪካ አገሮች የቀረቡትን የምሁራን አስተያየቶች በተመስጦ ተከታተልኩ።

በመዝጊያው ቀን ለጠቅላላ 'አፍሪካን ስተዲስ አሶስዬሽን' ተሳታፊዎች በተዘጋጀ የኮክቴል ግብዣ በተለይም በዕለቱ በበጐ ሥራቸው ለተመረጡት ለኢትዮጵያዊው የታሪክ ምሁር ለፕሮፌሰር ኃይሌ ላሪቦ በ'ሙርሀውስ ዩንቨርስቲ' የላቀ አገልግሎት ሽልማት እንደሚሰጥ ስላወቅሁ

ከኤልያስ ጋር ወደ ተዘጋጀው አውቶብስ ለመሳፈር ስንጠብቅ ወደ ቦታው ለመሄድ ከሚጠብቁት ሐበሾች ጋር ተገናኝተን ሰላምታ ተለዋወጥን።

ከመካከላቸው አንዱ እጄን ስጨብጠው የተለየ ሆነብኝ። ግምባሩ ላይ ከውስጥ ወደ ውጭ የሚታይ ብርሃን፣ ጥርስ የማይታይበት ፈገግታ፤ ከዕድሜው ወደኋላ የሆነ ኃይል የተሞላ የወጣት ጉልበት አየሁበት።

"አውቅሃለሁ፤ ተያይተን ግን አናውቅም፤ ስላንተ የሰማሁት ወይም የማውቀው ነገር የለም፤ ሳይህ ግን ለየሁህ" አልሁት።

ሳቀና፤

"ሁሌ በጠዋት ተነስቼ ወደ 'ስቶን ማውንቴን ስቴት ፓርክ' ተራራ ከ365 ቀን 360ውን ቀናት እሄዳለሁ፤ በባዶ እግሬ ሆኜ፣ ከተራራው አናት ላይ አምራ፣ ተሽሞንሙና በቀለማት ተውባ የምትወጣውን የንጋት ፀሐይ በጽሞና እጠብቃለሁ! ከዚያ ቀኔ ይባረካል፤ አእምሮዬም ይፀዳል፣ ማየቴ በመመልከት ይተካል . . . በስም ደግሞ ሰሎሞን ወይንም 'ገዥው ስሜት ፍቅር ብቻ ነው' ብለህ ልትጠራኝ ትችላለህ" አለኝ።

"ዝርዝሩን ሳትነግረኝ አውቄዋለሁ፤ ስምህ ግን ለኔ አዲስ ነው። በምትሄድበት ጐዳና እኔም ስለምጓዝ አውቅሃለሁ" አልሁት።

ኮክቴሉ ላይ እየበላን፤ እየተጐነጨን ሳለን ፕሮፌሰር ኃይሌ ላሪቦን አገኘናቸው። በትውውቃችን ወቅት በስሜ አወቁኝና፤

"ይገርምሃል ሳላስፈቅድህ ከመጽሐፍህ ውስጥ ተጠቅሜያለሁ" አሉኝ።

ደስታዬንና አክብሮቴን ከፈገግታ ጋር ገለጽኩላቸው።

በሌላ አጋጣሚ ማይክ እና እኔ አትላንታ ሄድን፤ ከሰሎሞን ጋር በባዶ እግር ተራራ ላይ ለመውጣት። ቅጠሎችን በፍቅር እየነካን፤ ግንዶችን እያቀፍን ተፈጥሮን እያስፈነደቅናት ተራራው አናት ላይ ወጥተን በጽሞና ፀሐይን ለመንካት። ድንገት ፍክት ያለውን ጮራዋን አስቀድማ እንደ ንግሥት በቀለማት አሸብርቃ ወጣች።

ማይክ በሁለታችንም መረጋጋትና ፍጹም ደስተኛነት ሲገረም እሱም ተጋባበት። ስሜት ተላላፊ ነዋ! እንኳን አብረን እያለን ወደ ፊት ከትውልድ ወደ ትውልድም ይተላለፋል፤ ስለዚህ ነው ለምናወርሰው ስሜት ጥንቃቄ ማድረግ ያለብን።

የተፈጥሮ የቀለማትና የድምፅ ውሕደት፣ ዜማ፣ ድምፅና ቅላጼ የሚያስደንቀው ማራኪ ቅርፅና ዳይናሚክስ አስፈነጠዘን።

ሐብት ምንድን ነው?

ሐብታምነት እንደ ጭድ ከተከመረ ቁሳቁስ ውስጥ ገብቶ መስመጥ አይደለም፤ ሐብት ተፈጥሮንና ፈጣሪዋን መረዳት፤ ንሥር ለምን ከዛፍ ጫፍ በጽሞና እንደሚቀመጥ፤ ለምን ከሁሉ ከፍ ብሎ እንደሚበር፤ ለምን ሦስት መቶ አርባ ዲግሪ አካባቢውን ማየትና ሦስት ነጥብ ሁለት ኪሎሜትር ድረስ ማየት እንደሚችል ሚስጥሩን ማወቅ ነው - የጥበብ ሁለተኛ!

"ለአፍሪካዊ መንገር የማንፈልገውን ምሳሌ ልንገራችሁ" አለን ማይክ ደስተኛነቱ ውስጥ እንደተጀቦነ።

"ለዚህ ምክንያቱ ደግሞ 'ተራራው ጫፍ ስትደርስ ሽቅብ መውጣት ጀመርህ!' የሚለውን እንደገና እንድረዳው ስላደረጋችሁኝ ነው" ብሎ ዐይኖቹን ዳመናው ውስጥ ሰንቅሮ ቆየ።

“አንድ ጊዜ አንድ ሐብታም ሰው ድሃ ሕዝቦች እንዴት እንደሚኖሩ ለልጁ ሊያሳየው ወደ አንድ ገጠራማ አካባቢ ይወስደዋል። ወደ ቤታቸው ሲመለሱ አባትየው የልጁን ስለ ድህነት ኑሮ መረዳት ማወቅ ፈለገ።

'የኔ ልጅ ጉዟችን እንዴት ነበር?' አለው።

'አባቴ በጣም ጥሩ ነበር' ብሎ መለሰ ልጅ።

'እንዴት መኖር እንደሚችሉ አየህ አይደል?'

'አዎ በደንብ አየኋቸው' አለ ልጅ፤ ራሱን ሽቅብ ቁልቁል እየወዘወዘ፤

'እስኪ ንገረኝ ምን ምን ልዩነት እንዳስተዋልህ?'

'እኛ አንድ ውሻ አለን እነሱ አራት አላቸው፣ እኛ መዋኛ ገንዳ አለን እነሱ ወንዝ አላቸው፣ እኛ መብራት አለን በምሽት የምናበራው፣ እነሱ ከዋክብት አሏቸው፤ እኛ ራሳችንን ለመጠበቅ ግድግዳ አለን እነሱ ጐረቤቶች አሏቸው። እኛ ቴሌቪዥን አለን እነሱ ጓደኛ አላቸው' አለው። አባትዬው አፉ ተሳስሮ መናገር አቃተው! ልጁ ግን ንግግሩን ቀጠለ፤

'አመሰግንሃለሁ አባቴ! ምን ያህል ድሃ እንደሆን ስላሳወቅኸኝ' አለው።

“ይህን ዕውቀት የተረዱ መሪዎች ግን ዕጣ ፈንታቸው መገደል ሆነ። አፍሪካውያንን በድህነት አምጪ የእርዳታ ተቋሞች ማፈንና የተፈጥሮ ጸጋቸውን እንዳያውቁ ማድረግ የተቀነባበረው በዚህ ምክንያት ነው” አለን።

የፍቅር ሙሾ

አንድ ቀን ከኢትዮጵያ ጥናትና ምርምር ተቋም ፊት ለፊት ካለችው ጠመዝማዛ የትም ከማታደርስ የድንጋይ መወጣጫ ሥር ቁጭ ብዬ በሰመመን ተዋጥሁ።

አንስታይን "ሕይወት ብስክሌት ናት፤ ሚዛንህን ለመጠበቅ ከፈለግህ ማሽከርከርህን አታቋርጥ" የምትለውን አባባሉ እንደ ህልም ብልጭ ብላብኝ ብንን አልሁ።

አንስታይን የሰውን ልጅ ወደ ስልጣኔ ካሸጋገሩ ጥቂት ሳይንቲስቶች ውስጥ ቁንጮ ላይ የሚቀመጥ ነው። ኖሮ ኖሮ መልካም ነገር ሰርቶ ሰርቶ የሰው ልጅን በምርምሩ "አጃኢብ" አሰኝቶ ከመሞቱ በፊት አጠገቡ የነበረችው አስታማሚ ነርሱ ብቻ ነበረች። እሷም ማከም ሥራዋ ስለሆነ ነው።

ታላቁ ሳይንቲስት ሕይወትን ማሽከርከር ሲያቆም ብቻውን ነበረ ማለት ነው። ብቻውን! በመሸኛው ሰዓት።

"ለገጣሚ፣ ለፈላስፋ፣ ለጻዲቅ ሁሉም ነገር ጓደኛና ቅዱስ ነው። ሁሉ አጋጣሚ ውጤታማ፣ ሁሉም ቀናት ቅዱስ፣ ሁሉም ሰው ሰማዕት ነው" ይላል ራልፍ ዋልዶ ኤመርሰን።

ታላቁ ሳይንቲስት ለመጨረሻ ጊዜ የተናገራት የጀርመንኛዋን ቃሉን የሰማችው ነርሱ ናት። እሷ ደግሞ ጀርመንኛ አትችልም። የሥራ ተልእኮዋም የሚለውን ማዳመጥ ሳይሆን ማከም ነው። መቼም ለአንስታይን መኖርና አለመኖር ሁለቱም ቅዱስና ውጤታማ ክስተቶች ናቸው። ሰማዕትነት ኤመርሰን እንዳለው አንስታይን እንደሚሰማው አልጠራጠርም።

ነገር ግን አንድ ነገር ሳይገርመው አይቀርም፤ አካሄዱ እንደ አመጣጡ አልደመቀም። በሐሳቡ ዓለምን ጉድ ያስባለው ፎርሙላው ይታወሰዋል፣ በአካል ግን የእጅ ጣቶቹን እያሸች፣ ግንባሩንና ጆሮ ግንዱን እየደባበሰች፣ በሚያባብሉ ዐይኖቿ እያየች ዐይኖቹ ለመጨረሻ ሳይዘጉ የሚንቀጠቀጥ ከንፈሩን የምትስም ፍቅረኛ አጠገቡ ባለመኖሯ ግን ሕይወቱን በዜሮ አባዝቶ 'ሲያልቅ አያምር!' ብሎ አዝኖ ሳይነቃ የቀረ ይመስለኛል።

እንዲህ ዓይነቱን የማገጣጠም ክህሎት ባልኖረኝ እንዳልል የተሰጥዖዬ እምብርት ነው። ሳልለፋ በቀላሉ ክብርንና ሞገስን የሚያጐናጽፈኝ። ጥበብ የነፍስ ጥሪዬ ናት!

እንደ ጥበብ ሰው ፍቅር ሁሉንም የሚያንቀሳቅስ ኃይል ነው ብዬ ተምሬያለሁ። "ለሰው ልጅ ሦስት ነገር ያስፈልገዋል ፍቅር፣ እምነትና ተስፋ። ከሁሉም ግን ፍቅር ይበልጣል" የሚለውንም የመጽሐፍ ቅዱስ መልእክት አስታውሳለሁ።

ፍቅር ግን እንደገና በተለያየ ዘርፎች ይከፈላል። የዚህ ዓለም ትልቁ ሚስጥር በፍቅር ዩኒቨርስ እየኖርን ፍቅር ለምን እንደማይገባን አለማወቃችን ይሆን? ፍቅር ረቂቅ ይሆንብናል። ፍቅር ውቅያኖስ ላይ እንዳለ ላስቲክ ኳስ ልንይዘው ስንነካው ይርቀናል። እስኪደክመን ብንዋኝ አንይዘውም። ከሁሉ በላይ ፍቅር የሴትና የወንድ ግንኙነት ብቻ ይመስለናል። የአለማችን ባለ ምጡቅ አእምሮው ሰው ፍቅርን ሳይዝ ባዝኖ እንደሄደው የብዙዎቻችን እጣ ፈንታ ያ ይሆን እንዴ?!

ዕውቀትን እንደ ሰነፍ ቆሎ እያሸ የተረዳው፤ የተረዳው ውስጥ ጠልቆ የዋኘው፤ በመጨረሻ ሰዓት ጥሎት ወደሚሄደው ኋላው ሲመለከት ምን ይሆን ተሰምቶት ይሆን?!

አንዳንድ ኃያላን መቃብራቸውን በቁማቸው እያሉ ነው የሚያሰሩት፣ ከሞት በኋላም መብለጥ፣ መከበር፣ መታወስ ይፈልጋሉ፤ እውነትም ብዙ ቅርሶች የመቃብር ሐውልቶች ናቸው።

እንደ አንስታይንና የመሳሰሉት ሐውልታቸው የሰጡት ፍቅር ነው፤ በተራ ሕይወትና በቅንነት ይኖራሉ፤ የሰው ልጅን ሕይወት ያቀላሉ፤ ከዚያ ኮቴ አልባ ሹልክ ብለው ወጥተው ዐይን ሳይስቡ ይሄዳሉ - ልክ ተመልሶ እንደሚመጣ ሰው ተረጋግተው።

አገራችን ለገባችበት የፖለቲካ ቅርቃር ዘር የተዘራው በአውሮፓና አሜሪካን አገር በሚገኙ ዩንቨርስቲዎች፣ በራሳቸው በሐበሻ ምሁራን ነው፤ ያ ክፉ ዘር በዕውቀት ወርቅ ቅብ የተለበጠ፣ በመረዳት ያልነጠረ፣ በጥበብ ያልተያዘ እብሪት ያሸነፈው ነው።

ያ እንደ አተም ኒክለስ የታመቀ ኃይል እየፈነዳ ያወጣው መርዝና እሳት የሐበሻ ምድርን ለበለባት፣ ህልውናዋን ተፈታተናት፣ ሕብረ - ቀለሟን አደፈረሰው።

የኖርንበት፣ ከእኛ በፊት ኖሮ ከእኛም በኋላ መቀጠል ያለበትን በኩርፊያ፣ በእልህ፣ በእንካ ሰላንትያ ማፍረስ የሞራል ውድቀት ነው፤ የሚያሳዝን፣ የሕሊና ወንጀል!

ምን ነበር የሕሊና እስረኛ ሳንሆን ጥሩ ዘር ዘርተን ብናልፍ!

አሚሾችና ሐመሮች

እኔና ኤልሲ ወደ አሚሾች እና ሜኖናውያን መኖሪያ 'ላንካስተር' የተጓዝነው በውብት በደመቀው የበጋ ወቅት ነው። ወደ አሜሪካን አገር ከመጣሁ ወዲህ በተለይም ወደ ቨርጂኒያ በምንሄድበት ጊዜ ወደ ኢትዮጵያን መደብሮች ጐራ ስል 'የአሚሾች የተፈጥሮ ማር' የሚል አነበብሁ።

አንድ ቀን የሱቁን አስተናጋጅ ስለአሚሾች ማንነት ስጠይቀው “ስለነሱ አላውቅም እንዳትለኝ” አለኝ።

ከዚያ ቀን በኋላ ስለ አሚሾች ማሰብ አላቆምኩም። ይሁን እንጂ ዓመታት እየበረሩ ሄደው በቅርቡ ፍላጐቴ ተሳክቶ የመሄዱ እድል ተመቻቸልኝ። መቼም በአሜሪካ መንገዶች ረጅም ርቀት መንዳት እንደ እኔ የሚያስደስተው ሰው ብዙ እንዳለ እርግጠኛ ነኝ።

ከቦስተን ተነስተን የኒዎርክ ከተማን ወደግራ በመተው ወደ ሜሪላንድ የጠዋቱን ቀዝቃዛና ነፋሻ አየር እየሳብን ተጓዝን። ከዚያ ለመውለድ ጥቂት ቀናት የቀራትን የጓደኛዬን ጓደኛ ኤሚን ለመጠየቅ ቤቷ ጐራ አልን፣ መስተንግዶው ቁርጥን ያካተተ ነበር፤ በላን፣ ጠጣን፣ ተጫወትን።

ከዚያ መልካም ዕድል ተመኝተንላት ጉዟችንን ወደ 'ፔንሲልቬኒያ' በማቅናት እንደ መቀነት በተዘረጉ መንገዶችና በተራራ ውስጥ በሚያልፉ የዋሻ ውስጥ መንገዶች እያለፍን፤ ውቧን የአሜሪካ የማታ ጀምበር እያደነቅን፣ እጅግ የሚያምሩ አረንጓዴ ተራራና ሸንተረሮችን እየቃኘን ላንካስተር ከተማ ደረስን።

ከቁርስ በኋላ ወደ አሚሾችና ሜኖናውያን መኖሪያ ስናቀና የሕይወት ቃናና ጣዕሟ እየተለወጠ ሄደ፤ በፈረስ የሚጐተቱ ጋሪዎች፣ የተረጋጋና አንድ ወጥ እይታ ያለው ኗሪ ማየት ጀመርን።

ቅኝቱ ከተዘበራረቀ፣ ቅኝቱ ወደተስተካከለ ክልል መግባቴ በስሜት ተሰማኝ። ቅኝት ሲኖር ዜማ፣ ዜማ ሲኖር ቃና አለ፤ ቃናው ውስጥ ደግሞ ማንነት አለ - የሚከበር፤ የሚማርክ!

ለጐብኝ ክፍት ከነበሩት ውስጥ ቀልባችን ወደመረጠው ወደ ግራ ታጥፈን ገባን። የአሚሽ ወጣት ወንዶች ነጭ ሸሚዝና ጥቁር ሱሪ፤ ሴቶች ደግሞ እስከ ቁርጭምጭሚት የሚደርስ በቀለማት የተዋበና በእጅ የተሰራ ቀሚስ በመልበስ ተውበው በአርኬስትራው ኃላፊ መሪነት መንፈሳዊ መዝሙር ይዘምራሉ። ትናንሽ ግን የተለያየ ውበት የተላበሱ ካፌዎች፣ ሬስቶራንቶች፣ የባህል ልብስ መደብሮች. . . ጐብኝው በትሕትናና በደስታ ይተረማመሳል።

የአሚሽ አራሾች ፈጽሞ በማይረብሽ መልኩ፣ በሀገራችን ብሔር ብሔረሰቦችን ሊጐበኙ የሚሄዱ ጐብኝዎች ከልካይ ሳይኖርባቸው በየመንደሩ ይገባሉ፤ የማህበረሰቡንም ሕይወት ይረብሻሉ።

አብዛኛዎቹ አሚሾች የሚኖሩት 'ፔንሲልቪንያ' ግዛት ውስጥ ነው። አሚሾች የሥነ ተዋልዶ እቀባ ስለሌለባቸው በዛ ያሉ ቤተሰቦች በአንድ ላይ ይኖራሉ። አሚሾች የሃይማኖታዊ ቡድኖች እንጂ እንደ ሐመር ሕዝቦች አይደሉም። የእምነታቸው መሠረት በማርቲን ሉተር የተተረጐመው መጽሐፍ ቅዱስ ነው።

ከሞት በኋላ ባለ ሕይወት የሚያምኑት አሚሾች የመንፈሳዊ ሕይወት ግባቸው ከሞት በኋላ ከእግዚአብሔር ጋር አብሮ መኖር ነው። በእምነቱ ውስጥ ያሉት እርስ በርስ ይጋባሉ። ወንድ የቤት ራስ ስለሆነ ውሳኔ ሰጭ ነው፤ አንድ ወጣት እምነቱን ለመቀበል የሚጠመቀው አውቆና ወስኖ እንጂ በወላጅ ወይንም በሌላ ተጽዕኖ መሆን የለበትም። የሕፃንነት ጥምቀትን አይቀበሉም።

የአሚሾች ታዋቂነት ምንጩ ጽናትና ሥነ ሥርዓት መጠበቃቸው ነው። አሚሾች የራሳቸው የመማሪያ መንገድ ያላቸው፤ ዘመናዊ ትምህርትን የማይቀበሉና ሳይንስና ቴክኖሎጂ ያመጣውን የኤሌክትሪክ ኃይል፣ የእጅ ስልክ፣ ኮምፒዩተር፣ መኪና የማይጠቀሙ፤ ነገር ግን በደስታና በእርካታ የሚኖሩ መሆናቸው ነው።

በጉርብትና አብረዋቸው የሚኖሩት ሜኖናውያን እንደ አሚሾች ከአናባፕቲስት እንቅስቃሴ የወጡ ናቸው። እንዲያውም ሜኖናውያን በሆላንዱ ተወላጅ በሜኖ ሲሞን ግሩፕ ቀድመው የወጡ ሲሆን አሚሾች በስዊዙ በጃኮብ አማን አማካኝነት ተገንጥለው የወጡ ናቸው።

አናባፕቲስት (በእንደገና መጠመቅ ማመን) እንቅስቃሴ በ16ኛው ክፍለ ዘመን የእየሱስ ክርስቶስን ፍጹም ሰው፤ ፍጹም አምላክነትና በመስቀል ላይ መሰቀሉን የሚያምኑ ናቸው። ከሌሎች ፕሮቴስታንቶች የሚለዩት መዳን በእምነትና በሥራ ነው ብለው ማመናቸው ነው።

ሜኖናውያን የሞተር ተሽከርካሪዎችን፣ የኤሌክትሪክ ኃይልና የቤት ውስጥ ስልክ ይጠቀማሉ። ሜኖናውያን እና አሚሾች በጉርብትናና በሰላም አብረው የሚኖሩ ሲሆን በእምነትም ተቀራራቢ ናቸው። እንደ አሚሾች ቁርጥ አርገው ባይተዉትም የበዛ የኢንተርኔት አጠቃቀም፣ ቴሌቪዥን፣ ካሜራና ሬዲዮ እንዳይጠቀሙ የእምነቱ ተከታዮች ይበረታታሉ።

ወደ 'ላንካስተር' የሄድንበት እሑድ ቀን ስለነበር፣ ዛፍ ሥር የቀረበውን የአሚሾች ዝማሬ ካዳመጥን በኋላ የተለያዩ የጌጣጌጥ፣ የባርኔጣ፣ የአሻንጉሊት . . . መሸጫዎችን ጐብኝተን ምሳ በላን።

ከዚያ የአሚሾችን መኖሪያና የእርሻ ቦታ ለመጐብኘት ተመዝግበን ወረፋ መጠበቅ ጀመርን። ከሩብ ሰዓት በኋላ በሁለት ጠብደል ፈረሶች የሚሳብ ጋሪ (ኮንቶጋ ዋገን) መጣ።

አንድ ሴት ከነሕፃን ልጅዋ ከጋሪው ላይ ከአሽከርካሪው ጐን ተቀመጠች፤ ሌላ ወንድ ከሕፃን ልጁ ጋር፤ ሦስት ወንዶችና ሦስት ሴቶች ሆነን ከጋሪው ሁለተኛ ክፍል ተቀመጥን።

ጋሪው አስፋልቱ ላይ ቀጭ ቋ ቀጭ ቋ እያደረገ በግርማ ሞገሥ በሶምሶማ መጓዝ ጀመረ።

ከዋናው መንገድ ወደ ቀኝ ስንታጠፍ የአደንጓሬ፣ የገብስ፣ የስንዴ ማሳዎች፤ ፈንጠርጠር ብለው ከተሰሩት ቤቶች ጋር፤ በስተኋላ ካለው አረንጓዴ መሬት ላይ ፈረሶች፣ ነጭና ጥቁር ከብቶች፤ ፍየልና በጐችን ማየት ጀመርን።

የጋሪው አሽከርካሪ “ጆን እባላለሁ፣ እኔና ባለቤቴ ለሰላሳ ስድስት ዓመታት ከአሚሾች ጋር ኖረናል፤ አሁን ከኮንስቶጋ አሽከርካሪዎች አንዱ ነኝ” አለን። ተግባሩ ጋሪውን ማሽከርከር ብቻ ሳይሆን ማስጐብኘትም ነው።

ጆን በአሚሾችና በሜኖናውያን ቤት መካከል ያለውን ልዩነት ነገረን፣ የአሚሾች ቤት ተለቅ ያለና የኤሌክትሪክ ሽቦና ፖል አይታይበትም። ከቤታቸው መግቢያ የቆመው ጋሪ የሰው ወይንም የእቃ መጫኛ ነው። የከብት፣ የፍየልና የበግ በረቶች ይታያሉ፤ ፈረሶች በትላልቅ የቆርቆሮ ሰቀላ ሥር ቆመው ከተከመረው የሣር መኖ የቀረበላቸውን ሲሸረማምዱ ይታያል።

በብራማ እቃ ትኩስ የታለበ ወተት ወደተለያዩ ማጣሪያ ቦታዎችና ገበያዎች ለማከፋፈል ጋሪው ላይ በሥርዓት ተስትረው ይታያሉ።

ጆን ስለ አሚሽ ትምህርት ቤቶች፣ በየአንዳንዱ የአሚሽ ቤተሰብ ውስጥ እስከ አስራ አምስት የሚደርሱ ልጆች ሊኖሩ እንደሚችሉ እየነገረን፤ የከብቶች፣ ፍየልና በጐችን ጠረን፣ በንፋሱ ጐምበስ ቀና የሚሉትን አዝዕርት መዓዛ እየሳብን በመንደሩ ውስጥ ስናልፍ ቀልብን የሚስብ፣ ለዛ ያለው የአኗኗሩ ውብት ሌላ ዓለም ውስጥ ከተተን።

ድንገት ሕፃን ልጅ ታቅፎ ከጋሪው ሁለተኛ ክፍል ከእኛ ጋር የተቀመጠው፣

"እስኪ ስለአሚሾችና ሜኖናውያን ልዩነት አስረዳን" አለው ጆንን፤

"ጊዜ ይወስዳል" አለ የጋሪው አሽከርካሪ።

ከእኔ ጐን ያለው በአሜሪካኛ ፈገግታ፤

"ወደ መጣንበት ለመመለስ ሰላሳ አምስት ደቂቃ ገና ይቀረናል፤ ንገረን እባክህ" አለው።

ሁላችንም ሐሳቡ ሐሳባችን መሆኑን በጭብጨባ ገለጽን።

"ገና ከሕፃንነቴ ጀምሮ ወደ አሚሽ ቤተክርስቲያን እሄድ ነበር። ሃያ ስድስት ዓመት ሲሞላኝ ከፓስተሬ ገንዘብ እየወሰድሁ ለአስር ዓመታት እደብቅ ነበር። ሰላሳ ስድስት ዓመት ሲሞላኝ አንድ አሚሽ በአሚሽነት ተቀባይነት እንዲኖረው የሚያደርገው ፂሜ ጉንጩ ላይ ተንዠርግጎ አደገ።

"ዮሐንስ ምዕራፍ ሦስት ላይ ያለውን መቼም ታውቃላችሁ። ኒኮዲሞስ 'እንደገና መወለድ' የሚለው ስላልገባው በምሽት እየሱስ ክርስቶስ ጋ ሄደ። እየሱስንም 'ገነት ለመግባት ምን ላድርግ?' አለው። እየሱስም 'ዳግም ተወለድ' አለው።

"'ወደ ወጣሁበት ተመልሶ እንዴት መወለድ ይቻለኛል' አለው ከሚለው ጋር የተያያዘ ነው።

"ስለዚህ በሰላሳ ስድስት ዓመቴ በአሚሽ ደንብ ተጠምቄ እንደገና ተወለድሁ። መንፈስ ቅዱስ ግን ከፓስተሬ የሰረቅሁትን ገንዘብ እንድመልስ አስገደደኝ።

“ስለዘህ ሐጢያቴን ተናዝዤ፣ ከፓስተሬ የወሰድሁትን ገንዘብ በሙሉ መልሼለት በትሕትና ይቅርታ እንዲያደርግልኝ ተማጽኜው ይቅር አለኝ።

“በሦስተኛው ቀን የሃይማኖት መሪውና ዲያቆኑ እቤት ድረስ መጥተው አንኳኩ። ከፍቼ ስወጣ ደነገጥሁ። የሃይማኖት መሪያችን 'ስለ ጥፋትህ ይቅርታ እንደተደረገልህ እናውቃለን። ይሁን እንጂ በይቅርታ ገነት መግባት ስለማትችል ‘በአሚሽነት እንደገና መወለድ መቀጠል አትችልም’ አሉኝ።

“ስለዚህ ሚስቴን ይዤ ወደ 'ኒው ሜክሲኮ' ተሰደድሁ። ከዚያ ያገኘሁትን ቅራቅንቦ ምግብ ስበላና አልኮል ስጠጣ በሽተኛ ስለሆንሁ ወደ እዚህ ተመልሼ መጣሁ።

“አሚሾች ዳግም የተወለደ ካጠፋ ይቅርታው ተቀባይነት ስለማይኖረው ገነት አይገባም ብለው ያምናሉ። ሜኖናውያን ግን አንድ ሰው ቢያጠፋም በጥፋቱ ከተጸጸተና ይቅርታን ከጠየቀ በምሕረት ገነት ይገባል የሚለው እምነታቸው ነው መሠረታዊ ልዩነታቸው” አለን።

በዚያ ሰላማዊ የተረጋጋ ሁኔታ ጋሪያችን ላይ ቁጭ ብለን ቀጭ ቋ እያለ እየሰገረ ወደ አስፋልቱ ገባና ወደ ግራ ታጥፎ ከተነሳንበት መጠለያ ደርሶ ፈረሶቹ ቆሙ። ሁላችንም ጆንን እየተሰናበትን ወረድን።

ከዚያ 'ፒትስበርግ' ከሚኖሩት ወዳጆቼ ቤት ሄዶ ለማደር የጎሩይና ሒዊን አድራሻ GPS ውስጥ አስገባሁት።

* * *

አንድ ማህበረሰብ ሕዝብ ለመባል ጎሳ ('ክላን')፣ ከአያት ከቅድመ አያት የሚወረስ የዘር ሐረግ ('ሊኔጅ')፣ የዘር ሐረጉን በሁለት ወይንም ከዚያ በላይ የሚከፍል መንደር ('ሞይቲ') እና የእድሜ እርከን ('ኤጅ ግሬድ') ያስፈልገዋል።

በዚህ መሠረት የሐመር ማህበረሰብ ይህን የማንነት ሁኔታ ያሟላል። የአሚሽ ማህበረሰብ ግን ጐሳ፣ የዘር ሐረግ፣ 'ሞይቲ' የለውም።

ሁለተኛው ደግሞ የማህበራዊ ኢኮኖሚ ሁኔታ ነው። ሐመሮች በዛፍና ሳሮች የተሞላው ካባና ተራራማ ቦታዎች በሰሜን፣ በደቡብ ደግሞ በመካከለኛው የኢትዮጵያ ክፍል ተነስቶ ኬኒያ ቱርካና ሐይቅ ከሚገባው የኦሞ ወንዝ፣ በቀኝ ከማጎ ብሔራዊ ፓርክ፣ በምዕራብ ከኤርቦሬ ተራራና ከጨልቢ በርሃ የሚዋሰን ነው።

ሐመሮች በከፊል ከብት አርቢ ሲሆኑ በአነስተኛ መጠን ማሽላና በቆሎ ያመርታሉ። በተቃራኒው አሚሾች አነስተኛ መጠን ያላቸው ከብቶች በግና ፍየሎችን ያርቡ እንጂ ኑሯቸው የተመሰረተው ሙሉ በሙሉ በእርሻ ላይ ሲሆን አደንጓሬ፣ ገብስ፣ ስንዴ፣ እንጆሪ . . . ያመርታሉ።

የሐመር አፈ ታሪክ የሚጀምረው ከቢታው ከባንኪሞሮ የዘር ሐረግ ሲሆን አሚሾች ግን በአስራ ስድስተኛው ክፍለ ዘመን ከፕሮቴስታንት እምነት ተገንጥለው ከወጡበት ነው።

በሐመር ሃያ አንድ የሚጠጉ ጐሳዎች ሲኖሩ፣ በአሚሽ ውስጥ ራሳቸውን የቻሉ ጐሳዎች የሉም፤ የእምነት ተከታዮች እንጂ።

ሐመር ማህበረሰብ የበርካታ ጐሳዎች ስብስብ ይሁን እንጂ አንድ ዓይነት የሆነ የራሳቸው የምግብ አበሳሰል፣ አለባበስ፣ የፀጉር አሰራር፣ ባህላዊ ደንብ 'አፀ' ተብሎ የሚጠራው ከብት መዝለል ሥርዓት፣ ቢናስ እና ጋላቢ የሚባሉ ሁለት ዋና ዋና የዘር ግንድ ሐረግ ያላቸው ናቸው።

አሚሾች ከመንግሥትና ከአካባቢው ኗሪ ተጽዕኖ ውጭ ሆነው መኖራቸው፣ ራሳቸውን ሆነው እምነታቸውን በነፃነት እንዲከተሉ መደረጋቸው ለ'ፔንሲልቬንያ' ባጠቃላይ ደግሞ ለዩናይትድ ስቴትስ የውበት ፈርጥ እንዲሆኑ በማስቻሉ በርካታ ፊልሞችና መጻሕፍት እንዲጻፍና ፊልሞች እንዲሠሩ አድርጓል።

ከዚህ ባሻገርም ወደ 'ላንካስተር' የሚጎርፈው ቱሪስት የአካባቢውን አኗኗር ሳያቃውስ ሥርዓትና ደንብ በተሞላበት ሁኔት ለአሚሾችና ለሜኖናውያን ከፍተኛ የገቢ ምንጭ መፍጠር ችሏል።

ይህ ተሞክሮ ለሀገራችን የቱሪዝም እንቅስቃሴ ዐቢይ ምሳሌ ሊሆን የሚችል ይመስለኛል። የቱሪዝም ፍሰት ያላቸው አካባቢዎች አኩሪ ቅርሳቸውና ማራኪ ባህላቸው እንዲጠበቅ የዕለት ገቢያቸው ሳይሆን የዓመታት ጥቅማቸውን በማሰብ፤ ለመጭው ትውልድም የነበረውን አቆይቶ የማስተላለፍ ግዴታን ለመወጣት ናሙና መንደሮችና ቅርሶችን በማዘጋጀት ህብረተሰቡን ቀጥተኛ ተጠቃሚ የሚያደርግ ልምድ ከአሚሾች ኢያያዝ መማር ይቻላል።

* * *

አፍሪካ ማንነታቸውን የጠበቁ ሕዝቦች ማኖሪያ አህጉር ናት፤ መሬቷ ድንግል፣ የተፈጥሮ ሐብቷ የተነባበረ፣ የከበሩ ማዕድናት፤ የስልጣኔ ግብአቶች የሆኑትንም ማዕድናት በከፊል የታቀፈች አህጉር ናት አፍሪካ።

ይህችን አህጉር ለመቀራመት በጠረጴዛ ዙሪያ ተቀምጠው ምዕራባውያኑ መክረው፣ ሕዝቧን በእንስሳና በሰው መካከል ያለ በማድረግ የነ ኢማኑኤል ካንትን 'ካታጎሪካል ኢምፓራቲቭ' የሰው የመሆን የሞራል ልዕልና የማይገባን አድርገው፣ እምነታችንን አናንቀውና አፍርሰው፣ ራሽናል

የሆን ሰዎች መሆናችንን ከደው፣ ማንነታችንን ለማጥፋት ተረባርበዋል። ያ የማጥፋት ሂደትም በማያባራ ጦርነትና የድህነት ወጥመድ ሳይቋረጥ እስከ አሁን እየቀጠለ ነው።

እንደ ሳይንስ፣ ሳይኮሎጅ ሁሉ እየዳበረ የመጣው የሥነ ሰብእ (አንትሮፖሎጂ) ትምህርት በቅርቡ በሐርቫርድ ዩንቨርስቲ ኦክቶበር 2023 በወጣ መጽሔት ማህበራዊ ዕውቀት ያላቸው፣ በጋራ እሳቤ የፈጠሩና ዕውቀታቸውን በትረካ ከትውልድ ትውልድ የማስተላለፍ ባህል ያላቸው ሕዝቦች የላቀ የመረዳት አቅማቸው ከግለሰብ የላቀ የመረዳት አቅም ካላቸው የበለጠ መሆኑን የባዮሎጂካል አንትሮፖሎጂ ፕሮፌሰር በሆኑት ጆሴፍ ሄንሪች በጥናታቸው ዘግበዋል።

በአሜሪካን አገር የዘር ማጥፋት የደረሰባቸው ነባር አሜሪካውያን (ኔቲቭ አሜሪካኖች)፣ አቦርጂናል በመባል የሚታወቁት የአውስትራሊያ ነባር ሕዝቦች . . . ለዘመናት ከኖሩበት፣ ካከማቹት ባህላዊ ዕውቀትና እምነት ጋር እንዲጠፉ ወይንም ተበታትነው እንዲመናመኑ ሲደረጉ በ'ፔንሴልቬንያ' ግዛት የሚኖሩት አሚሽ በመባል የሚታወቁት ስደተኞች ግን እምነታቸውንና ማንነታቸውን ጠብቀው እስከዛሬ እንዲኖሩ ዕድል አግኝተዋል።

አሚሾች ይዘውት በሄዱበት እምነትና ባህል ለዓመታት መኖራቸው፣ ከበርካታ ዓመታት በፊት ይዘውት የሄዱት ቋንቋ አሁንም ድረስ ጥቅም ላይ መዋሉ፣ ፈላስፎች ሲዘምሩለት የኖሩት የነፃነት ዋጋ ያረጋገጠ ነው። ይህን ጸጋ እኛ አፍሪካዊያን ራሳችን ለራሳችን መፍጠር ይገባናል - ባህልና ተፈጥሯዊ ሐብታችንን ጠብቆ ለማቆየት።

ሁለቱ ጽጌረዳዎች

"ካገሩ የወጣ አገሩ እስኪመለስ ..." አለ ዘፋኙ!

አገሬ እያለሁ የነበረኝን ነፃነት ሳስበው ስልብ ያደርገኛል - ቁልቁል። በተለይ የጥበብ ሰው ከአገሩ ሲወጣ የውቅያኖስ ውኃ ከማዕበሉ አንዴ ዝቅ፣ አንዴ ደግሞ ደረቱን ገልብጦ ሽልልል ብሎ አረፋውን እየደፈቀ ቷ ብሎ ዳር ላይ ወዳለው አሸዋ ይፈስና ውኃው ወደ ድንበሩ ሲመለስ ውቅያኖሱ የሚተፋቸውን የሚንደፋደፉ አሳዎችን ማለት ነው!

አንድ ጊዜ በወቅቱ ታዋቂ የነበረ መጽሔት ቦሌ ጫፍ ከነበረው 'ማስከ ካፌ' ማኪያቶዬን እየተጐነጨሁ በመዝናናት ሳነብ በወቅቱ ታዋቂ ከነበሩት ሞዴሎች አንዷ የነበረችውን ሣራን (ስሟን ቀይሬዋለሁ) ተራራ ጫፍ ላይ የተነሳችውን ፎቶ አይቼ ወደድኩት።

ለመጽሔቱ የማስታወቂያ ቢሮ ወዲያው ደውዬ ስልኳን ማግኘት የሚቻል ከሆነ ፈቃደኝነቷን ጠይቀው እንዲሰጡኝ በትሕትና ጠየቅሁ።

ከተቀመጥሁበት ሳልነሳ ስልኬ ጮኸ - ሣራ ናት!

አድናቆቴን ነግሬ ፎቶውን የት እንደተነሳችው ጠየኳት።

"ባሌ ተራራ ነው - ቱሉ ዲምቱ" አለችኝ።

በአገራችን ከራስ ዳሸን ቀጥሎ ረጅሙ ተራራ ቱሉ ዲምቱ ላይ ከጅብራው፣ ከዕፀዋት መሐል፣ ቀዝቃዛና ነፋሻ አየሩ ሰውነቴን እየላሱት እንዲያልፍ ከወገቤ በላይ ራቁቴን ሆኜ እንደ ቀይ ቀበሮ አፌን ወደ ሰማዩ ከፍቼ በደስታ ከጮኹበት ነው ፎቶውን የተነሳችው። ለዚያ ነው የነሸጠኝ፤

ያቅበጠበጠኝ። ሁልግዜ ኖሬ ኖሬ ስሞት ቱሉ ዲምቱ ቅበሩኝ ብዬ የምናዘዝ ይመስለኛል። በቀዝቃዛው የመሬት ጭኖች መካከል አካሌ ሳይበሰብስ እንድኖር፤ በሚማርከው ፀጥታ ውስጥ የንፋሱን ሽውታ ለመስማት - የወፎቹን ዝማሬ ለማዳመጥ፤ በመሬት ጡቶች መካከል ተደላድዬ የተስፋ ቀንን ለመጠበቅ።

"ራሴን ባለማስተዋወቄ ይቅርታ" ስል ሣራ አቋረጠችና፤

"አውቄሃለሁ እባክህ - አድናቂህ ነኝ ደግሞ!" አለችኝ።

በነጋታው አብረን ማኪያቶ እየጠጣን ለመጫወት የነበርኩበት ካፌ ለመገናኘት ተቀጣጥረን ተለያየን።

ቢሮዬ ከላይ ስለነበር "ደርሻለሁ" ስትለኝ እየተንደረደርሁ ወረድሁ። ስለ ተፈጥሮ፣ ስለ ውበት አወራሩንና ስለ ሕይወት ደግሞ ለማውራት ሐሳቡን ጀመርሁት።

ሣራ የፈካው ፊቷ ዐይኔ እያየ እንደተቀረጠ አበባ ጥውልግ ሲል አስተዋልኩ።

"ምነው?" አልኳት።

"መጻፍ ብችል ታሪኬን ብጽፈው ደስ ይለኝ ነበር - ግን አልችልም። ምናልባት ታሪኬን ብነግርህ አንተ አንድ ቀን ልትጽፈው ትችላለህ" አለችኝ።

"ደስ ይለኛል!" አልኳት።

ከሁለት ቀን በኋላ እኔ ቢሮ ልትመጣና ታሪኳን ልትነግረኝ ተስማምተን ተለያየን።

ሣራ ውብ ናት፤ በጣም ቆንጆ! ውስጧ ግን አንዳች ግዙፍ ቁስል አለ - በቀጭን አካሏ ውስጥ ከኤሮፕላን የወደቀ ኩንታል መስሎ የተቀለለ።

ሣራና እኔ ስንገናኝ እሷ ሶፋ ላይ እኔ ደግሞ ፊት ለፊቷ ወንበር ላይ ቁጭ አልሁ።

ውጓ፣ ናፕኪን የሶፋው ጠረጴዛ ላይ አስቀመጥሁ - ለድንገቱ። የአዲሳባ አየር እንደተለመደው እንደ ጊሸጣ የሚገመጥ፣ ብርሃኑም ነፍስን በሐሴት የሚያስደልቅ ነው።

"ሰው ሁሉ እናቱን ይወዳል፤ እናታቸውን በሚወዱ ሁሌ እቀናለሁ። እኔ ግን ብዙ ጥረት ባደርግም እናቴን ልወዳት አልቻልኩም" ብላ ዕንባዋ በዐይኖቿ ግጥም አለ።

"እናቴ ጠንካራ ሴት ናት - አንድ እናት ለልጇ ማድረግ የሚገባትን እንክብካቤም፣ ፍቅርም ትሰጠኛለች" አለችኝ፤ መፍሰስ የጀመረውን ዕንባዋን ለመጥረግ ናፕኪኑን ሳብ ሳብ እያደረገች።

በውስጧ በኃይል እየገሰገሰ ይተናነቃት የነበረውን የጭንቀት ማዕበል ስለተረዳሁ ጣልቃ ገብቼ ላለመረበሽ ዝም አልሁ - በንቃት ዐይን ዐይኗን እያየሁ።

"ያደኩት ወላጆቼ እላቸው ከነበሩት አያቶቼ ጋር ቢሾፍቱ ነው! ያኔ እናቴ እህቴ ነበረች። አዲስ አበባ ዩንቨርስቲ ተማሪ ስለነበረች በሳምንቱ መጨረሻ ትመጣለች።

"በእህትነቷ እመካ ነበር፤ ታቀብጠኛለች፣ ታጫውተኛለች፣ አብራኝ ገመድ ትዘላለች፣ እቃቃ ትጫወታለች፣ ይዛኝ ትወጣና በእግራችን ወደ ሆራ ሐይቁ ትወስደኛለች፣ ለስላሳና ብስኩት ትገዛልኛለች።

“ከዚያ ተመረቀችና ሥራ ይዛ አሰብ ተመድባ ሄደች።

“ወላጆቼን፣ 'እህቴን ናፈኳት፣ አምጡልኝ' እያልሁ በማስቸገሬ መጥታ አሰብ ይዛኝ ሄደች - ቀይ ባሕር ላይ እየዋኘሁ፣ ከእሷ ጋር በደስታ መኖር እንደጀመርን ጦርነቱ እየገፋ መጣ።

“የኢትዮጵያ ሠራዊት አሰብን ለቆ ወጣ፤ እህቴ ለእኔ ባትነግረኝም ስትጨነቅ ግን አያት ነበር።

“አንድ ቀን፣ 'ከግቢ እንዳትወጪ' ብላኝ ወጥታ ሄደች።

“በራችን ተንኳኳ፣ እሷ መስላኝ ሄጄ ከፈትሁት። አንድ ሰው ቆሟል!

'እህቴን ፈልገህ ነው?' አልሁት - አስተያየቱ ያሳዝናል፤ በዚያ ላይ ደግሞ ሲያየኝ በዐይኖቹ ዕንባው ግጥም አለ።

'አንችን ፈልጌ ነው - አንች ልጄ ነሽ' አለኝ።

'ተሳስተሃል! - የኔ አባት ደብረዘይት ነው። እናቴም እዚያው ደብረዘይት ናት፤ እዚህ ከእህቴ ጋር ነው የምኖረው - በቅርቡ ወደ ደብረዘይት ወላጆቼ ጋ እህቴ ይዛኝ እንደምትሄድ ቃል ገብታልኛለች' አልሁት።

'አንች የኔ ልጅ ነሽ፤ እህትሽ ደግሞ እናትሽ ናት' ሲለኝ እህቴ በሩን ገፋ አድርጋ ስትገባና ስታየው በድንጋጤ ክው አለች።

'ምን ትሠራለህ እዚህ?” ብላ ጮኸችበት።

'ልጄ እንድታውቀኝ እፈልጋለሁ፤ ልጄን እንደ አባት ማቀፍ ስመኝ ኖሬያለሁ' አላት።

'የት የምታውቃትን - እ!' አለችው።

'እሽ የኔስ ይቅር አንች እናቷ ሆነሽ ለምን እህቷ ሆንሽ፤ ልጃችን እናቷንና አባቷን እኮ ማወቅ አለባት' አላት።

“እህቴ 'ውጣልኝ!' ብላ ስትጮህበት ዐይን ዐይኔን በፍቅር እያየኝ ሄደ፤ ከዛን ቀን በኋላ ተመልሼ አይቼው አላውቅም።

'ሣሪዬ ወደ እነ እማማ ዛሬ እንመለሳለን፤ ሻዕቢያ ከተማውን ተቆጣጥሮታል። ነይ ላለባብስሽ' አለችኝ።

'አንቺ እናቴ ነሽ?' አልኳት የሆነ ጥርጣሬ ተሰምቶኝ። እስከዚያች ቀን ድረስ ታላቅ እህቴ ነበረች። አባትሽ ነኝ ያለው ሰው ግን ከሰማይ ዱብ ብሎ እህቴን እናቴ አደረጋት። እህት እንዴት ከመቅጽበት እናት ይሆናል! እህቴ ስቅስቅ ብላ ማልቀስ ጀመረች።

'አዎ እናትሽ ነኝ!' አለችኝ - ፊቷ በዕንባ ተጥለቅልቆ።

'ሰውየውስ አባቴ ነው?' አልኳት ሳላስበው፤ የማላውቀው ጥርጣሬ በሕፃንነቴ አእምሮ ስለተዘራ።

'ምን አለ በዚህ በጭንቀት ሰዓት ብትረጂኝ' ብላ ተማፀነችኝ።

'አባቴ ነው አይደል?'

'አዎ! አባትሽ ነው' አለችኝ።

“ከተወለድሁ ጀምሮ እንደዚያን ቀን ግራ ተጋብቼና አቅመ-ቢስ ሆኜ አላውቅም። ዕንባዬ መፍሰሱ ሊቆም አልቻለም።

“እናቴ እንደዋሸችኝ ገባኝ! ስለዚህ - 'አልወድሽም' አልኳት፤ 'ዘላለም አልወድሽም' አልኳት!

“እኔና እሷ በአንድ የሶማሌ ፒካፕ ላይ በድንጋጤ ከሚርበተበቱ ሌሎች ሴቶች ጋር ተሳፈርን - ወንዶቹ በሙሉ ሱማሌዎች ናቸው። ያን ግዜ የአስራ ሦስት ዓመት ልጅ ነበርሁ።

“መንገድ ላይ እናቴም፣ እኔም ተደፈርን!

“በዚያ አስፈሪ ወቅት በማላውቀው ጨለማና ፍርሃት ሞትን ታቅፌ ተጉዤ ቢሾፍቱ ደረስን፤ እናቴ ሁለተኛ ዓመት የዩኒቨርስቲ ተማሪ ሆና ነው እኔን የወለደችኝ። አባቴ ኤርትራዊ ስለነበር ወደዚያ በመመለሱ ከእናቴ ጋር ተገናኝተው አያውቁም። የህብረተሰቡን ትችት በመፍራትና የእናቴን ሞራል ለመጠበቅ ሲባል እናቴን እህትሽ ናት እየተባልኩ አደግኩ።

“እናቴ አሁን ጥሩ ኑሮ ያላት ባለትዳር ሴት ናት፤ እኔ ግን እንደ እናቴ አላያትም፤ እጠላታለሁ፤ ደግሞ አዝንላታለሁ። እንደ ልጅና እናት ብንተያይ እኔም ደስ ይለኝ ነበር፤ ከውስጤ የተቀረጠውን መቀጠል ግን አልቻልኩም” አለችኝ።

እኔ ጸሐፊ እንጂ የሥነ-አእምሮ ባለሙያ አይደለሁም። ስለዚህ ሣራን ከመቀመጫዬ ተነስቼ አቀፍኳት፤ እሷም ደረቴ ውስጥ ገብታ ስቅስቅ ብላ አለቀሰች! ምን ነበረበት ማቀፌ የተሰበረ ልቧን የሚያድንላት ቢሆን!

* * *

ሣራ ጋር ጥሩ ጓደኛሞች ሆንን። አንድ ቀን አንዲት ከእሷ በዕድሜ የምታንስ ሌላ ቆንጆ ልጅ አስተዋወቀችኝ። ልጅቷ አስተሳሰቧን ማመን አይቻልም። የራሷ ፍልስፍና አላት እንደነ ፕላቶ እንደነ አርስቶትል። ምን እንደምትፈልግ ታውቃለች፤ ማዕበል ሲመጣ የምትንሳፈፍበት የዕውቀት ፓራሹት አላት። ብቻዋን ብትቀር እንኳን ትፈራለች እንጂ አትሰጋም፤ ትወድቃለች እንጂ አትሸነፍም።

ሣራ ከቤቷ የምትወስደው እቃ ስለነበር ሦስታችንም በእኔ መኪና ሄድን። ልጅቷ ከኋላ ነው የተቀመጠችው። ሣራ ወደ ቤቷ ስትገባ ማውራት ቀጠልን።

ህልሟን፣ ስለ ውበት ያላትን ፍቅር፣ ልባቸው የተሰበሩ (በተለይ ሴቶችን) በሥነ ልቦና ማጠንከር እንደምትፈልግ አጫወተችኝ። በሕይወቴ እንደ እሷ ያለ ገና በፍንዳታ ዘመን ያለ የሚሰራውን ጠንቅቆ የሚያውቅ ወጣት አጋጥሞኝ አያውቅም።

ልጅቷና ሣራ በጣም መግባባት ብቻ ሳይሆን ከልብ ይዋደዳሉ። ሣራ ስለ ልጅቷ የሞራል ጥንካሬና የሕይወት ፈተና ደጋግማ አውርታኛለች። የሚገርመው ደግሞ እንደ ልጇ ነው የምትሳሳላት። ታዝንላታለች፤ ታደንቃታለች፤ ትመካባታለች። ለዚህ ምክንያቱ ደግሞ አንዳች የሚያቆራኝ የጋራ ሕመም አላቸው - ቢድንም ማመሙ ግን የማያቆም ቁስል!

ያች ልጅ ሣራ እንዳሰበችው በቁንጅና አሸናፊ፣ በዝናዋ ደግሞ ዓለማቀፋዊ ሆነች - ዝም ብላ እንደ ደመና ሰማይ ላይ ጉብ ያለች፤ ንግግሯ የሚጥምላት፤ እንደ ወፍ ስትዘምር የሰው ልብ የሚከፈትላት። ምስኪኗ ሣራ ግን የተሰበረው ልቧ ይጠገን አይጠገን ሳላውቅ ይኸው ዓመታት ነጐዱ!

ሁለቱ በሾህ የተዋጡ ባለመዓዛ የተፈጥሮ ጽጌረዳዎች ግን ውቅያኖስ አቋርጨ ርቄ እንኳን በልቤ የተክል ቦታ የበቀሉ ችግኞች ሆነው ይኸው ለዘላለም ሳስታውሳቸው ለመኖር ተገድጃለሁ!

ሰባተኛ ‘ሲ’

በልጅነቴ የፍቅር ተጠቂ ነበርሁ - ኧረ አሁንም ነኝ! ለማፍቀር ትንሽ ምክንያት ነው የምፈልገው፤ ከዚያ የፍልፈል አፈሩን የገዘፈ ተራራ አድርጌው ቁጭ ነው።

ሰባተኛ ክፍል ሆኜ ሕለተወርቅ የምትባል ልጅ በመምህሩ ትእዛዝ እኔ ከምቀመጥበት ዴስክ አምጥተው አስቀመጧት። ሕለተወርቅ እናቷ ባለሙያ መሆን አለባቸው፤ በአምስት ቀን ውስጥ ቢያንስ ሦስት ጊዜ በተለያየ ስታይል ፀጉሯን ይሰሯታል።

ጠይም፣ ዐይኗ ከጫፍ ተነስቶ እንደ ጨረቃ ሌላው ጫፍ ለመድረስ አንድ ክፍለ ጊዜ የሚፈጅበት። በዚያ ዐይኗ አንዴ አይታኝ ዘወር ስትል በቅቤ ደህና አድርጎ እንደታሸ ጭብጦ ያን ስገምጥ እቆይና ደግሞ ሌላ ዙር . . .

በሕለተወርቅ ከእኔ አጠገብ መቀመጥ የማይቀና የለም። በተለይ አለቃችን ኃይለልዑል በስም ጠሪያችን (አሁን ስማቸውን ረሳሁት) ጠዋት ጠዋት በኩርኩም እንዳስቀጠቀጠኝ ነው። እንደ ሚስማር እናት እናቴን ይቀጥቅጡኝ እንጂ ‘ወይ ፍንክች የአባ ቢላዋ ልጅ’!

ለሕለተወርቅ ብዙ የፍቅር ደብዳቤ ጽፌላታለሁ፤ አንድ ጊዜ እህቷ 'ይህን ልጅ አሳይኝ' ብላ ከድብዛ ሁለተኛ ደረጃ ወደ ንጉሥ ተክለሃይማኖት አንደኛና መለስተኛ ትምህርት ቤት መጣች።

“አንተ ነህ እውነት ለእህቴ ወረቀት የምትጽፍላት?” አለችኝ፤ ዝም አልኳት። ዝምተኛ ግን አይደለሁም፤ ለሕለተወርቅ ብዬ ነው እንጂ።

"አዎ እሱ ነው!" አለች ሕለትዬ አየት አድርጋኝ።

ጭብጦዬን ልገምጥ እጆቼን ወደ አፌ ስወስድ፤

"ቀስ ብለህ እደግ እሽ! ሆሆይ" ብላ ሳቀች እህትዬዋ።

እኔ ግን የዋዛ አይደለሁም፣ ለሕለትዬ የፍቅር ደብዳቤ መጻፌን ይበልጥ ጨመርሁ። ከዚያ እኔና ሕለተወርቅ 'ፍቅረኛሞች ነን' ብለን የክፍላችንን ተማሪ በሙሉ ጉድ አሰኘነው።

ዳሬክተራችን የነበረው ሕንዳዊው ሚስተር ኮሪያ ከክፍል አስጠራኝና ቢሮው ሄድሁ።

"ትምህርት ቤት የምትመጣው ለምንድን ነው?" አለኝ፤ መመለስ ያለብኝን ውሸት ትቼ እውነቱን ልነግረው ወሰንሁ።

በግራ እጁ የያዘውን የሚልመጠመጥ በላስቲክ የተጠቀለሉ ሽቦዎች ቀኝ እጁ ላይ እየጠበጠበ፥

"መልስልኝ - ትምህርት ቤት የምትመጣው ለምንድን ነው?"

"ሕለተወርቅን ላይ!" አልሁት

"አትቀባጥርብኝ! ትምህርት ቤት የምትመጣው ልትማር ነው - ልትረብሽ አይደለም፤ መረበሽ ከፈለግህ ትምህርት ቤት አትምጣ" አለኝና፤ "ሂድ ደብተርህን ያዝና ወደ ቤትህ ሂድ። ወላጅ ይዘህ ካልመጣህ እዚህ ግቢ እንዳላይህ" አለኝ።

ለካ የተከሰስሁት ረባሽ ተብዬ ነው። ኃይለልዑል ብልጥ ነው መክሰስ ያውቅበታል።

አባቴን ወደ ትምህርት ቤት ስወስደው የመጀመሪያዬ አይደለም። ሁሌ ደግሞ አጥፍቼ ነው አልልም። የዛን ጊዜ ወላጆች እውነቱን ከሚናገር ልጅ ይልቅ የሚዋሽ ይሻላቸዋል። 'አጥፍቻለሁ' የሚል እንደ ትዕቢተኛ ነው የሚቆጥሩት።

ለምሳሌ ስኒ ብሰብርና 'ማነው ስኒውን የሰበረው?' ሲባል 'እኔ ነኝ' ካልሁ፤ 'ደግሞ እኔ ነኝ ይላል!' እየተባልኩ እገረፋለሁ። 'እኔ አይደለሁም' ካልሁ ግን እኔ እንደሰበርኩት ቢታወቅ እንኳን እንደ አክብሮት ስለሚታይ አልቀጣም። ስለዚህ አባቴን፤

"ምንም ሳላጠፋ አባትህን አምጣ ተባልሁ" አልሁት።

አባቴ አላመነኝም፤ ዐይኖቼ ውስጥ አንዳች የውሸት ምልክት አይቷል። ቀኑ አርብ ስለነበር ለሰኞ አብሮኝ ሊሄድ ግን በቀላሉ ተስማማ።

ቅዳሜና እሁድ ለሕለትዬ ስጦታ መስጠት እንዳለብኝ ወሰንሁ። ከቤታችን ሳሎን ካለው የመስኮት ረድፍ ላይ ስወጣ ስገባ የማየው ሃምሳ ሳንቲም ነበር። ያን ሳንቲም ስወጣ ስገባ ከሁለት ሳምንታት በላይ አይቸዋለሁ።

ስለሕለትዬ የስጦታ አስፈላጊነት ሳስብ እነዚያ ሃምሳ ሳንቲሞች ትዝ አሉኝ። ሳንቲሞቹን ለማንሳት ግን ድፍረት አጣሁ፤ ሌላ አማራጭ መፈለግ ጀመርሁ፤ ቅዳሜ ውሳኔ ላይ ሳልደርስ በከንቱ አለፈ፤ ከዚያ አይነጋ የለም ነጋ።

እናቴ "ምን ሆነሃል?" አለችኝ።

ከዚያ ታላቅ እህቴ "አውቄብሃለሁ የሆነ የፈለግከው ነገርማ አለ" ብላ ተነበየች።

እንዴ! ጠቅላላ ቤተሰቦቼ ጠንቋይ ሆኑብኝ እኮ፤ ስለዚህ ከቤት ወጥቼ በረንዳው ላይ ሄጄ ሊሾው ላይ ቁጭ አልሁ። አባቴ ቤተክርስቲያን ቆይቶ ሲመጣ ከመቀመጫዬ ተነሳሁለት።

"አይያ ደብተሬ ጠፋብኝ ግዛልኝ" አልኩት።

በኩርኩም ሊመታኝ ሲል ለጥቂት ሸውጀው ሮጥሁ። ወደ ቀለብ ፋርማሲ ወጥቼ ሽቅብ ወደ ማርቆስ ሻይ ቤት ሄድሁ።

ጫማዬ እስኪያልቅ ስዞር ውዬ ስመለስ ያች ሃምሳ ሳንቲም ያኔም ከመቀመጫዋ ሳትነሳ ትቁለጨለጫለች።

ሰውነቴ እየተንቀጠቀጠ ሃምሳ ሳንቲሟን አንስቼ ሱቆች ከመዘጋታቸው በፊት ሰፈራችን ወደ ነበረው ጀማል ሱቅ ሄድሁ።

"የአንገት ሐብል ስጠኝ" አልሁት ጀማልን።

ባንድ ላይ የታሰሩ ሐብሎችን አውጥቶ "ምረጥ" አለኝ። አንዱን መረጥሁ።

"ስንት ነው?"

"ሃያ አምስት ሳንቲም" አለኝ ጀማል።

ደከሞት ነው እንጂ ብዙ በቀባጠረ ነበር አርቲውን ወርቅ ነው እያለ። ያን ቀን ግን የሆነ ነገር አፉን ለጐመልኝ።

"እሽ ቀለበት ስጠኝ" አልሁት፤ ቀለበቶች አሳየኝ።

የሕለትዬን ጣት ከራሴ ጣት በላይ እንደማውቀው ርግጠኛ ስለነበርሁ አንዱን መረጥሁ።

"ስንት ነው?" አልሁት

"አስር ሳንቲም" አለ ጀማል፤ የማነው ብሎ ለመጠየቅ እየተናነቀው።

"መነፅር ጨምርልኝ" አልሁት።

ቀይ፣ ቢጫ፣ አረንጓዴ መነፅር አሳየኝ። አንዱን መረጥሁ። ቢጫውን መረጥሁላት፤ ቢጫ የተስፋ ምልክት ነው ተብዬ ስለተማርሁ።

"ስንት ነው?"

"አስር ሳንቲም"

ሃምሳ ሳንቲሞችን ሆጨጭ አድርጌ ባንኮኒው ላይ ዘረገፍሁና በአምስት ሳንቲሙ ደግሞ ናና ስጠኝ አልሁት። ለሕለትዬ የአንገት ሐብል፣ ቀለበት፣ መነፅርና ከረሜላ ለስጦታ አዘጋጀሁላት።

የዛን ለት እውነት ወንድ ሆኜ በመወለዴ ደስ አለኝ፤ የተሰማኝ ወንድነትም ወደር አልነበረውም።

ከዚያ እንቅልፍ እንዴት ይውሰደኝ! በግራ ስዞር እሷ ናት፤ በቀኝ ስዞር ሕለትዬ፣ ጣራችን ላይ እንደ አይጥ ቲሪሪሪሪ … የምትለው ሕለትዬ ናት።

ጠዋት ተቀስቅሼ ተነሳሁ። የሕለትዬን ሐብል፣ ቀለበት፣ መነፅርና ናና ከረሜላ ከደበኩበት እስካወጣው ቀልቤ ተገፎ ነበር።

አባቴና እኔ ወደ ትምህርት ቤቴ አብረን ሄድን። ትምህርት ቤት እስክንደርስ አባቴ ምክሮቹን እንደ ግንቦት ዝናብ እያዘነበ አበሰበሰኝ፤ ትምህርት ቤት ከደረስን በኋላ ደግሞ ዳሬክተራችን በሕንድ ምሳሌዎች እያቁላላ መከረኝ። የሚገርመው ግን ሁለቱንም አልሰማኋቸውም። ልቤ ያለው ሕለትዬ ጋ ነው - 'አቤት ስጦታዋን ስታይ ፈገግታዋ ምን ይመስል ይሆን?!' እያልሁ በምናብ ተንሳፍፌ ነበር።

ከዚያ ማስጠንቀቂያ ተሰጥቶኝ ክፍሌ ገባሁና ሕለትዬ ጐን ሄጄ እየተጀነንሁ ተቀመጥሁ።

ረፍት ላይ ለሕለትዬ ስጦታዬን በሉክ ጠቅልዬ ሰጠኋት። ሕለትዬ ጉንጬን በስሱ ስትስመኝ ፊልም ላይ እንደምናየው ከልጅነት በአንድ ጊዜ አድጌ ጐረምሳ የሆንሁ መሰለኝ፤ በእውነት ትልቅነት ተሰማኝ። ሁሉ ነገሬም አብሮ ትልቅ ሆነ - ከላይ እስከታች!

መሬት ለቅቄ የተንሳፈፍሁ መሰለኝ! 'ሕለትዬን አስደስቼ ለምን አልሞትም!' ብዬ መፈከር አሰማሁ።

ዘበኛው እክፍላችን መጥቶ አንኳኳ። ከዚያ እጄን ይዞ ወደ ዳሬክተራችን ቢሮ ወሰደኝ፤ ከፊት ለፊት አባቴ ቁጭ ብሏል።

ለካ ሃምሳ ሳንቲሟ ለሚካኤል ስለት የምትሰጥ ኖራለች። ቀኑ ደግሞ የወሩ ሚካኤል!

ተስፋሁን

ከቤታችን ፊት ለፊት የእነ ተስፋሁን ቤት አለ። ቤቱ ያረጀና እንደ ዝሆን ብልት ጠማማ ነው። እንዳይወድቅ በአራት የባላ እንጨት ተደግፏል። ከጐንና ከኋላ ነጭ ባሕር ዛፍና ሲምዛ የዋጠው ነው። እንደ አሁኑ ቢሆን ለመድኃኒትነት በጣም የሚፈለገው ነጭ ባሕር ዛፍ እነ ተስፋሁን እየቸበቸቡ አንድ ሐሙስ የቀረውን ቤታቸውን ያድሱበት ነበር።

የተስፋሁን እናት ውሏቸው ገበያ ነው፤ ድንች፣ ሽንኩርት፣ ቃሪያ … በትንሹ ይገዙና ትንንሽ መደብ ሠርተው መልሰው ይሸጡታል። በተለይ ቅዳሜ፣ ማክሰኞና ሐሙስ።

የተስፋሁን እናት አምስት የፈረስ ጉልበት ያላቸው ይመስለኛል። በጀርባቸው ጢም ብሎ የሞላ ቅምባ ያዝላሉ፤ በቀኝ እጃቸው ጥላና የሆነ ነገር ይጨምሩበታል። ገበያ ከደረሱ በኋላ ውኃ የሚያፈላ ፀሐይ ቢጠብሳቸው ወይንም ከወደ እንድማጣ እየሱስ ወይ ከውትርን ወንዝ አቅጣጫ እንደ ደማሚት እየፈነዳና እያጉረመረመ ሰማዩን የሚተረትር የሚመስል ብልጭታ እያስቀደመ አህያ የማይችለው ዝናብ ሲንዠቀዠቅ የተስፋሁን እናት ብቻ ቆመው ይችሉታል።

ከዚያ ጥውልግ ብለው፤ ወይ በዝናብ በስብሰው መጥተው አይቀመጡም፤ ውኃ ከጉድጓድ ይቀዳሉ፤ በባሕር ዛፍ ቅጠል እንጀራ አንዳንዴም ለጠላ አብሽሎ ይጋግራሉ።

የነ ተስፋሁን ቤት ጠዋትና ማታ እንደ ፋብሪካ ጢሱ ይትጐለጐልበታል። ታዲያ የተስፋሁን እናት ፊት ሁሌ ፈካ ያለ ነው። ድምፅ አውጥተው ካካካ ብለው ሲስቁ ግን አይቻቸው አላውቅም። ካካካ ብሎ መሳቅ የደላው ሰው ሳቅ ብቻ ሳይሆን አይቀርም።

ተስፋሁንም እንደ እናቱ ነው፤ በሁሉ ነገር የሚበልጠን ጠንካራ። በትምህርቱም ጐበዝ ነው። በላምባ ጢስ እየታፈነ እያጠና፣ ሰውነቱ ፈርጣማ ነው። ጭራሮ ለቅሞ የሚሸከመው ጋሪ ላይ የተጫነ እንጂ ልጅ የተሸከመው አይመስልም።

ተስፋሁን ከኛ የበለጠ ለመኖሩ ምክንያት አለው፤ እናቱን መርዳት፣ እናቱ ካለባቸው የኑሮ ጫና መቀነስ። ስለዚህ እናቱ ገበያ ቢውሉም አድርግ የተባለውን ሁሉ ያደርጋል።

ወጥ ይሰራል፣ ቤት ይጠርጋል፣ እንጨት ይፈልጣል።

እሱ በሚፈልግ ጊዜ ደግሞ በደንብ የተሠሩ የቡትቶ ኳሶች አሉት። እግሩ ከከብት ጐን አጥንት እንደተሰራ ሁሉ ቡትቶ ኳሷን ሲመታት መሬቱን ፍቆ፣ ድንጋዩንም ገጭቶ ነው - አያመውም። እሱ የመታው ኳስ ጐል የማይገባው እሱ አጣሞ ከመታው ብቻ ነው። ካለበለዚያ ጐል ጠባቂውን እንደ ካርቶን ገልብጦ የሚጥል ጐል አግቢ ነው።

የሰፈራችን ጉልቤዎችን ተስፋሁን ቢፈልግ እንደ ሰነፍ ቆሎ አሽቶ ሊቅማቸው ይችላል። እሱ ግን ፀብ አይፈልግም፤ በጉልበቱ መመካት አይፈልግም።

እናቴ የተስፋሁንን እናት ታከብራቸዋለች፤ "ትሑት የሆነች፣ የተመረቀ በእሷ የወጣ ልጅ ያላት" ብላ ታሞካሻቸዋለች።

ተስፋሁን ቁርሱ የባቄላ አሹቅ፣ ሽምብራ፣ ንፍሮ ወይንም ቆሎ ነው። ኪሱን ውጥር አርገው ሞልተውለት ይሄዳሉ እናቱ። ጨዋታ ፈልገን፥

"ተስፋሁን!" ስንለው፤ አቤት አይልም ለምዶበት፥

"ምሳዬ ነው!" ይለናል።

በኪሱ የያዘውን እስኪጨርስ ስሙ ሲጠራ 'ምሳዬ ነው' ሲል ያረፍዳል።

ተስፋሁንን ከሚዳፈሩት አንዱ እኔ ነበርሁ።

“ገብጋባ፤ እስኪ አትንገብገብ” እለዋለሁ፤ ዝም ይለኛል ብዙ ጊዜ።

ጓደኞቻችን 'አንተን ይፈራሃል' ስለሚሉኝ አንድ ሰሞን እንጣጥ እንጣጥ ማለት አበዛሁ። ተስፋሁን “አንተ ልጅ እረፍ” ብሎኝ ወይ ሥራውን ወይ ጨዋታውን ይቀጥላል።

አንድ ቀን ከጓደኞቼ ጋር ተሰብስበን እንደተቀመጥን ተስፋሁን ኪሱን የፍየል ጡት አስመስሎ ወጥሮ መጣ።

“ተስፋሁን!” አልሁት።

“ምሳዬ ነው” አለኝ።

ዘወር ሲል ቂጡ ላይ በካልቾ መታሁት።

ተስፋሁን የተቆጣ አነር ሆኖ ሲዞር ትንሽ፣ ትንሽ ትዝ ይለኛል፤ ከዚያ ግን እንዴት አንስቶ መሬት ላይ እንዳፈረጠኝ፣ እንዴት አፍንጫ አፍንጫዬን እንዳለኝ ያወቅሁት ዘርሮኝ ሄዶ ጓደኞቼና ጐረቤቶቻችን ውኃ ከረጩኝ በኋላ ስነቃ ነው።

ከዛን ቀን በኋላ አንድ የደርግ ባለስልጣን፤ “መንግሥቱ ኃይለማርያምን ብዙዎቻችን አንተ ነበር የምንለው፤ ከዚያ ግን በሉ ሳይለን አንቱ ማለትና እጃችንን ሸርበን አጠገቡ መቆም ጀመርን” እንዳሉት እኔም ተስፋሁንን ማክበር ብቻ ሳይሆን ትዕግሥተኛና አንገታቸውን የደፉትን ሰዎች ሁሉ መዳፈሬን አቆምሁ።

ባለ ታክሲው ቶሎ ቶሎ ንዳው

ሕይወት በአሜሪካ ባላሰብሁት አቅጣጫ ካለፍላጐቴ ብቅ ጥልቅ እያረገች ይዛኝ መጓዝ ከጀመረች ወራቶች ተቆጠሩ። የተለያዩ ሥራዎችን እየሞከርኩ የምፈልገውን ለመሆን በማልፈልገው አቅጣጫ መሄድ የግዴታ ምርጫዬ ሆነ።

አንድ ቀን የምነዳው ታክሲ ውስጥ ሆኜ ተሳፋሪ ስጠብቅ አንዲት ሴት የኋላ በሩን ከፍታ ገባች፤ ቆንጆ ቀለማት ባሉት የመፀው አለባበስ ተውባለች። መቸኮሏ ቢያስታውቅም ደስታዋና ፈገግታዋ ግን የሚተላለፍ ነው።

"የአየሩን ውበት በደምብ እየተዝናናህበት መሆኑ ያስታውቃል!" አለችኝ።

ፈገግ አልሁ ከእሷ በወሰድሁት ኃይል።

"ሌዝሊ ዩንቨርሲቲ ልትወስደኝ ትችላለህ?" አለችኝ። አድራሻውን ጠየኳት፤ "ቅርብ ነው በጣም ቅርብ፤ ዝም ብለህ ማስ አቭን ይዘህ ወደ ፖርተር ስኩዌር ንዳው" አለችኝ።

ተንቀሳቀስኩ ወደ ዩንቨርስቲው ለመሄድ!

"እዚህ ኖሪያለሁ፤ አሁን 'ፍረሚንግሃም' ባለ ዩንቨርሲቲ መምህር ነኝ። ከሌዝሊ ዩንቨርሲቲ ማስተሬን ከሠራሁ ድፍን አስር ዓመት ሞላኝ፤ አቤት ጊዜው እንዴት ይሮጣል!"

“ካምፓሴን ተመልሶ ማየት እንዴት ያጓጓል፤ ያውም ተጋባዥ እንግዳ ሆኖ” አለች።

ሴትየዋ ደስተኛ ሲሆኑ ዓለም በሞላ በደስታ የተሞላች ከሚመስላቸው ውስጥ አንዷ ሳትሆን አትቀርም።

መጀመሪያ ወሬዋን የጀመረችው ለእኔ በመንገር ነው፤ መሐል ላይ ግን ለራሷ ነበር የምታወራው። ከአስር ዓመት በፊት በነበረችውና በአሁኗ መካከል ያለውን ንፅፅር።

እውነትም ሴዝሊ ዩንቨርስቲ ቅርብ ነው! ልክ ከዋናው በር ትይዩ ካለው ሜትር ላይ ታክሲውን አቆምኩላት።

በፍጥነት ትንሽና ክብ መስታዋቷን አውጥታ ከንፈሯንና ዐይኗን ተመልክታ በመጣደፍ ቦርሳዋ ውስጥ ከታ፤

“አመሰግናለሁ … አመሰግናለሁ!”

ብላኝ ወርዳ ዋናውን በር ወደ ውጭ ሳብ አድርጋ የአደረገችውን ባለታኮ ጫማ እንዳይጥላት እየተጠነቀቀች ቀጭ ቋ እያለች ገባች። ከዚያ ደረጃው ጋ ስትደርስ ወደ ቀኝ ታጥፋ ከዐይኔ ተሰወረች።

እኔ በፀጥታ በገባችበት አቅጣጫ ፈዝዤ መመልከቴን ቀጠልኩ። ብዙ ሰዎች እየተጣደፉ ሲገቡ አየሁ።

የኢትዮጵያ ጥናትና ምርምር፤ የአዲሳባው ብሔራዊ ቲያትር … ትዝ አሉኝ፣ ለማንበብ፣ ትያትሮች ለማየት የምገባበት። ትዝ አለኝ ሸራተን፣ የጣሊያን ባህል ኢንስቲቱዩት፣ ሒልተን መጽሐፍቶቼን ያስመረቅኩበት።

ከተመስጦዬ ሳልወጣ የመኪናውን በር ከፍቼ ወጣሁ፤ ሳንቲሞቼን ሜትሩ ላይ ጨምሬ እንደ እብድ ትልቁን በር ከፍቼ ገብቼ ሴትዬዋ

ወደሄደችበት አቅጣጫ ስሄድ አንድ አረንጓዴ ካኔተራ የለበሰች አረንጓዴ በራሪ ወረቀት ሰጠችኝ።

ሁለተኛ ፎቅ ባለው የዩንቨርስቲው አዳራሽ የታዋቂዋ አሜሪካዊት ማያ አንጀሎ ልደት እንደሚከበር ይገልጻል - 'የፍርግርግ ውስጥ ወፏ ዝማሬ' ('I Know Why a Caged Bird Sings') ጸሐፊ። ምልክቱን እየተከተልኩ ስገባ ሰው ግጥም ብሏል፤ ድምፀኞች የቡድን ዝማሬ ያሰማሉ።

ባዶ ቦታ ፈልጌ ቁጭ አልሁ። ከዚያ የዕለቱ የክብር እንግዳ ሎሬት ወደ አትሮኖሱ ስትወጣ በጭብጨባ ታጀበች።

ስለ ማያ አንጀሎ ስብእና፤ ስለ *ሥራዋ*፤ በአሜሪካን አገር የሥነ ጽሑፍ *ሥራ* ላይ *ሥራዎቿ* ያላቸው ዋጋ፤ በማያ አንጀሎ *ሥራዎችን* አንብቦ እንዳደገ ወጣት በግሏ ያላትን አድናቆት ገለጸች፣ ከምትወዳቸው ግጥሞች አነበበች።

"በዳመና ታዝለሽ ወፊቱ ብረሪ፣
ቁልቁል ተምዘግዝገሽ ደሞ ሽቅብ ጉኚ፣
ብርቱካንማ ጨረር ሂጂ ተከትለሽ፣
ወቀሳን ሳትፈሪ ማንንም ሳትከሽ!

ወደ ፍርግርጉ ወደ ጠባብ ዋሻ፣
ተገደሽ ከገባሽ ማየት ከተሳነሽ፣
በኀዘን ፍላፃ ቆስለሽ ትጐጃለሽ፣
ክንፍሽ ተጨባብጦ እግርሽ ከታሰረ፣
ማምለጫ መንገዱ ያኔ ተጀመረ!

ጉሮሮሽን ጠርገሽ ዝም ብለሽ ዘምሪ፣
ናትና ዓለማችን ወዲያው ተቀያሪ!"

ቀጣዩ ተናጋሪም ንግግሩን፤

> "ካልተናገርነው የተዳፈነ ሕመም በላይ የሚያም ሕመም የለም"

ብሎ በማያ አንጀሎ ታዋቂ አባባል ጀምሮ 'I Know Why a Caged Bird Sings' ስለሚለው በአፐራ ዊንፍሪ መግቢያ ስለተጻፈለት መጽሐፉ ጥልቅ መልእክት ጥቂት ነጥቦችን እያነሳ አድናቆቱን ገለጸልን።

በመሐል በመሐል በዝማሬ ዝግጅቱ ቀጠለ። እኔ በቃ ጭልጥ ብዬ በስሜት ተዋጥሁ። የሆነ ሞቅ ባለ ውኃ ውስጥ ተቀምጬ ትከሻና ራሴን የምታሽ፣ የሆነ ቦስተን ሐርበር ካሉ የሽርሽር መርከቦች ላይ ፀሐይ መሞቂያ አልጋ ላይ ተኝቼ የምንሳፈፍ መሰለኝ።

መጨረሻ ላይ አንድ ሰው ስሜታችንን እንድንሰበስብ ተወራጨና፣

> "አሁን የተመልካች ተሳትፎ ሰዓት ነው … ወረቀትና መጻፊያ ይታደላል፤ የፈለጋችሁትንና የሚሰማችሁን የራሳችሁን ግጥም ጻፉ" አለን።

የራሴን ግጥም መጻፍ ጀመርኩ። ያኔ ድሮ እኔ ድርሰት የጀመርኩት በአጭር ልብወለድ ነው፤ ወደ ረጅም ልብወለድ ጸሐፊነት ከሄድሁ በኋላ ግን የምከተለው ዲሲፐሊን ሁሌ ረጅም ልብወለድ መጻሕፍትን መጻፍ ነው፤ ወለም ዘለም የለም።

የዛን ቀን ግን የሚያሳዝነኝን ገብረክርስቶስ ደስታን እና ተራራን ከተራራ እያፋጨ ብዕሩን የሚስለውን የጻጋዬ ገብረመድህንን ሥነ ግጥሞች በዕዝነ ሕሊናዩ እያሰብሁ አንድ ገጽ ግጥም ጻፍሁ።

የተሰጠን ጊዜ ስላበቃ፤ "ግጥሙን ማንበብ የሚፈልግ" ሲባል እጃቸውን ካወጡት ሰዎች አንዱ እኔ ሆንሁ።

ሁለቱ መጀመሪያ አነበቡ፤ ቀጥሎ እኔ ተነሳሁ። እንደተለመደው ጉሮሮዬ ላይ የነበረውን የፍርሃት ሳግ ገፍቼ በለስላሳና እንደ ግሬደር መሬት ፍቆ በሚያርስ ኃይል ግጥሜን ሳነብ አዳሜ ፀጥ ረጭ አለ!

እንደ በልግ ዝናብ በሰው አካል ላይ ቃላቶቼን በእርጋታ እያዘነብሁ ታዳሚውን አንሳፈፍሁት። ስጨርስ ጭብጨባው ቀለጠ፤ በታክሲ ይዣት የመጣኋት ሴት ዐይኖቿ ተፈናጥረው እስኪበሩ አፈጠጠችብኝ።

የእማማ አፍሪካን ግርማ ሞገስ፣ የእምዬ ኢትዮጵያን ጸጋ ለብሼ በትረ መንግሥቴን ይዤ ዙፋን ላይ ለመቀመጥ እንደሚራመድ ንጉሥ እየተንጐማለልኩ ወደ መቀመጫዬ ተመለስሁ።

ግጥማችንን ያቀረብነው ስለ ራሳችሁ ማንነት ተናገሩ ተባለ። ሁሉም ከተለያየ ዩኒቨርስቲ ወይም ከሌዝሊ ዩኒቨርስቲ ካምፓስ የመጡ ናቸው። የእኔ ተራ ሲደርስ ተነስቼ ቆሜ ምን ብዬ እንደመጀመር ሳስብ ይበልጥ ቀልባቸውን ሰረቅሁት፤

"ነፍሴ ሌላ ጋ ናት፤ ሥጋዬ ግን ታክሲ ይነዳል፤ በአገሬ የኔ ዓይነቱ 'ድንኳን ሰባሪ' ይባላል - ሳይጠራ ግብዣ ላይ የሚታደም ማለት ነው። ተጋባዥ ከሆኑት አንዷን በታክሲዬ ይዤ እሳቸው መንገድ እየመሩኝ መጣሁ። ሥጋዬ ታክሲው ውስጥ ተትታ ነፍሴ ግን እዚህ አዳራሽ ገባች ..." አልኳቸው።

የዩንቨርስቲው መምህራንና ሠራተኞች ህልሜ ምን እንደሆነ ጠየቁኝ። በሁለት ወራት ውስጥ የትምህርት ማስረጃዬ ከአገሬ በቀጥታ ለዩንቨርስቲው ተልኮ የማስተርስ ዲግሪ ተማሪ ሆንሁ።

እግዚአብሔር በወጥመድ የተያዘች ነፍሴን ጩኸት ሰማት - ማያ አንጀሎ በፍርግርግ ውስጥ እንደሰማቻት የወፍ ዝማሬ!

ፍቅረማርቆስ ደስታ

ስለ ደራሲው

አንጋፋው ደራሲ **ፍቅረማርቆስ ደስታ** የሐመር ሕዝብ ባህል ላይ ባተኮሩት እጅግ ተወዳጅ ተከታታይ 'ኤትኖግራፊክ' ልብወለዶቹ ይታወቃል። ፍቅረማርቆስ ከአዲስ አበባ ዩኒቨርስቲ በኬሚስትሪ ተመርቆ በመምህርነት ወደ ጂንካ በማቅናት በደቡብ ኦሞ ወረዳ ለበርካታ ዓመታት ሰርቷል።

በደቡብ ኦሞ ቆይታውም ከሐመር ማህበረሰብ ጋር ተቀላቅሎ በመኖር በሕዝቡ ውብ ባህል ተማረከ። ፍቅረማርቆስ ታዲያ በማድነቅ ብቻ አልታቀበም። ከመምህርነት ሙያው ጎን ለጎን ያየውንና የሰማውን በጥልቀት አጥንቶ ለመከተብ ወሰነ። በ1987 ዓ.ም "**ከቡስካ በስተጀርባ**" የተሰኘውን ዝነኛ የበኩር ልብወለድ መጽሐፉን አሳተመ። ይህም መጽሐፍ በአንባቢዎች እስከዛሬ አድናቆትን አስገኝቶለታል። ከዛም ተወዳጅ ልብወለዶቹን - "**ኢቫንጋዲ**" (1990 ዓ.ም) እና "**የዘርሲዎች ፍቅር**" (1991 ዓ.ም) አሳተመ።

በሚቀጥሉት አመታትም አትኩሮቱን ከደቡብ ኦሞ በማዞር "**አቻሜ**" (1992 ዓ.ም) እና "**የንሥር ዐይን**" (1993 ዓ.ም) የተሰኙ ታሪካዊ ልቦለዶቹን ለአንባቢዎቹ አቀረበ። በተጨማሪም "**Land of the Yellow Bull**" (1995 ዓ.ም) የተሰኘ የእንግሊዘኛ ልብወለድ አሳትሟል። ከዚህ ባሻገርም "**ጃገማ ኬሎ - የበጋው መብረቅ**" (2001 ዓ.ም) በሚል ርእስ የጀግናው አርበኛን የሕይወት ታሪክ አስነብቦናል። በደቡብ ኦሞ ዶኩሜንተሪ ፊልሞች - "**Becoming a Man in Africa**" (2005) እና "**Black Samurai**" (2006) ላይም ተሳትፏል። አሁን ደግሞ "**የሚሳም ተራራ**" የተሰኘ ድንቅ መጽሐፉን ለዓመታት በጉጉት ሲጠብቁ ለነበሩት አንባቢዎቹ ይዞ ቀርቧል።

ፍቅረማርቆስ ደስታ በረዥም የሥራ ዘመኑ ከተሰጡት በርካታ ሽልማቶች መካከል "የኢትዮጵያ ጥናትና ምርምር ፍኩይ ሽልማት" (1986 ዓ.ም) እና "የዓለምአቀፍ የአእምሮ ንብረት ድርጅት ሽልማት" (1997 ዓ.ም) ይገኙበታል። ባለፉት ዓመታትም ኑሮውን ባደረገበት በአሜሪካ በአንትሮፖሎጂ ዘርፍ በስተን ከተማ የድኅረ ምረቃ ትምህርቱን ሲከታተል ቆይቷል።

ለቡስካ በስተጀርባ
ድንግል ውበት
ከፍቅረማርቆስ ደስታ

ኢቫንጋዲ
ከፍቅረማርቆስ ደስታ

የዘርሲዎች
ፍቅር
ከፍቅረማርቆስ ደስታ

ፍቅረማርቆስ ደስታ

የንሥር ዐይን
በፍቅረማርቆስ ደስታ

of the
Bull
An Ethnographic Novel
FIKEREMARKOS DESTA

ጃገማ ኬሎ
የበጋው መብረቅ
(የሕይወት ታሪክ)
ፍቅረ ማርቆስ ደስታ እንደጻፈው

Documentary Film
BECOMING A MAN
IN AFRICA
Two initiation quests, each with the same goal : becoming a man !
Will they succeed ?
ZED

BLACK
SAMURAI

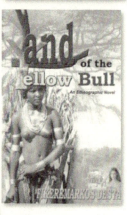

Made in the USA
Middletown, DE
07 January 2025

68953420R00135